РОССИЙСКИЙ ЦЕНТР НАУКИ И КУЛЬТУРЫ

CULTURAL CENTRE OF RUSSIA

31-A, Dr. G. Deshmukh Marg,
Mumbai-400 026.

Tel. 2495 2495
Fax. 2495 1233

प्रिय वाचक मित्रहो!

'कथांतर' हा भाषांतरित रशियन कथांचा दुसरा संग्रह आता मराठी वाचकांपुढे सादर होत आहे. 'मेहता पब्लिशिंग हाऊस'तर्फे प्रकाशित होत असलेला व आमच्या 'कल्चरल सेंटर ऑफ रशिया'तर्फे प्रस्तुत होत असलेला हा दुसरा स्तुत्य उपक्रम आहे. या कथा डॉ. सुनीती देशपांडे यांनी रशियन भाषेतून मराठी भाषेत अनुवादित केलेल्या आहेत.

या संग्रहात आपल्याला आन्तोन चेखव ते अलेक्सांद्र सोल्झेनिन्सिन अशा विश्वविख्यात रशियन व सोविएत साहित्यिकांच्या कथा वाचण्यास मिळतील. या कथांमध्ये केवळ आमच्या देशाचंच प्रतिबिंब दिसतं असं नाही, तर आमची माणसं, त्यांची स्वप्नं, त्यांचे आदर्श, त्यांची सुख-दुःखं, त्याचप्रमाणे आमचा श्रीमंत निसर्ग या साऱ्या वैशिष्ट्यांच्या छटा पाहावयास मिळतात.

१९९२-९३ या काळात 'महाराष्ट्र टाइम्स' या आघाडीच्या दैनिकाच्या 'मैफल' पुरवणीत सातत्यानं प्रकाशित होत राहिलेल्या या कथा अल्पावधीतच अतिशय लोकप्रिय ठरल्या होत्या.

'फुलांचे बोल' या संग्रहातील कथांप्रमाणेच याही कथा आपल्या पसंतीस उतरतील व दोन्ही भाषांतील 'अंतर' आपल्याला जाणवणार नाही, असा मला विश्वास वाटतो.

आपले अभिप्राय वाचण्यास व ऐकण्यास आम्हांला अतिशय आनंद होईल.

सदिच्छांसहित,

डॉ. द्मित्री इ. चेलिशेव
व्हाइस कौंसुल, डायरेक्टर,
कल्चरल सेंटर ऑफ रशिया,
मुंबई.

अभिप्राय

'कथांतर' हे पुस्तक वाचताना फक्त भौगोलिक अंतर जाणवतं; पण भावनिकरीत्या ते आपल्यासारख्या प्रत्येक माणसाशी जवळचं नातं व्यक्त करतं. त्यातील पात्रांचे स्वभाव व त्यांची वैशिष्ट्ये आपलीशी वाटतात.

तरुण भारत, मुंबई, १५-६-२००३

या सर्व कथांची शैली वेगळी आहे. पण बोलकेपणा हे समान सूत्र त्यात आहे. दूरचं अंतर कापून मन काबीज करणाऱ्या या कथा लोभस आहेत.

दैनिक सकाळ, पुणे, २७-८-२००४

माणसाच्या विविध भावभावना, विकृती व्यक्त करणाऱ्या या कथा रुक्ष वाटत नाहीत त्या भावानुभवामुळे. म्हणूनच त्या आपल्याशा वाटायला लागतात.

दैनिक सामना, कोल्हापूर, २७-४-२००३

रशियन कथांचा भावानुवाद

कथांतर

Presented by

The Cultural Centre of Russia, Mumbai

मूळ रशियन कथांचा भावानुवाद

डॉ. सुनीती अशोक देशपांडे

मेहता पब्लिशिंग हाऊस

Please contact us at **Mehta Publishing House,** Pune 411030.
✆ +91 020-24476924 / 24460313 / Mob. No. 9545000513
Email : production@mehtapublishinghouse.com
Website : www.mehtapublishinghouse.com

◆ *या पुस्तकातील लेखकाची मते, घटना, वर्णने ही त्या लेखकाची असून त्याच्याशी प्रकाशक सहमत असतीलच असे नाही.*

KATHANTAR by SUNITI ASHOK DESHPANDE
Presented by The Cultural Centre of Russia, Mumbai.
कथांतर / अनुवादित कथासंग्रह
Email : author@mehtapublishinghouse.com

भावानुवाद : डॉ. सुनीती अशोक देशपांडे
मराठी अनुवादाचे व पुस्तक प्रकाशनाचे हक्क : मेहता पब्लिशिंग हाऊस, पुणे.
प्रकाशक : सुनील अनिल मेहता, मेहता पब्लिशिंग हाऊस,
१९४१, सदाशिव पेठ, माडीवाले कॉलनी, पुणे ४११०३०.
अक्षरजुळणी : एच. एम. टाईपसेटर्स, ११२०, सदाशिव पेठ, पुणे ३०.
मुद्रक : पार्कसन्स ग्राफिक्स
मुखपृष्ठ : चंद्रमोहन कुलकर्णी
प्रकाशनकाल : फेब्रुवारी, २००३ / पुनर्मुद्रण : सप्टेंबर, २०१७
किंमत : ₹ १८०
P Book ISBN 9788177663617
E Book ISBN 9789386888099
E Books available on : amazonkindle Apple Books Google Play Books

---

तुझी शाबासकी हवी...

प्रिय आई,

आणि 'हे' पुस्तक खास तुझ्यासाठी.

माझ्या पहिल्यावहिल्या लिखाणाची पहिली वाचक आणि पहिली परीक्षक म्हणून.

तुला आठवतं, सक्तीनं सारी कामं बाजूला ठेवायला लावून मी तुला नवी कथा, नवा परिच्छेद वाचून दाखवत असे,.... कित्येकदा तुला झोपेतून हलवून जागं करून तुझं मत विचारण्याचा प्रमादही घडला आहे.... आणि त्यानंतर..... 'महाराष्ट्र टाइम्स'च्या 'मैफली'त अवतरलेल्या कथा खास तुझ्यासमवेत वाचण्यासाठी, मी कमी केलेलं 'मुंबई ते कोल्हापूर' हे अंतर... सारं काही आजही नजरेसमोर ताजं आहे...

आपलं उच्चशिक्षित असलं, तरी मध्यमवर्गीय कुटुंब. त्याचे मध्यमवर्गीय आदर्श आणि तितक्याच मध्यमवर्गीय अपेक्षाही. आजवरच्या पाच पिढ्यातील स्त्रियांनी जो नाकासमोरचा मार्ग जवळ केला, तसा मीही केला पाहिजे, असे मला मिळणारे संकेत. 'मला काही ठळक करून दाखवायचं आहे' हे सांगायची व त्यावर 'कोण काय म्हणेल?' ही कायमची दहशतीची स्थिती.

अशा परिस्थितीत, वडील लवकर निवर्तलेल्या घरात, तुझी होणारी घालमेल

मला दिसत होती. आपल्या मुलीनं इतर मुलींपेक्षा 'वेगळी वाट' निवडली आहे, त्याचं थोडंसं कौतुक आणि कितीतरी धास्ती तुझ्या चेहऱ्यावर दिसत रहायची. कित्येक वर्षं. सातत्यानं. मला फार फार वाईट वाटायचं. कारण तुझ्या एका शाबासकीसाठी मी केवढी आसुसलेली असायची. तीही सातत्यानं. आणि कित्येक वर्षं...

परंतु 'म. टा.' मध्ये 'मैफली'त डॉ. सुनीती अशोक देशपांडे हे नाव सतत सत्तावीस रविवार विक्रमी क्रमानं येत राहिल्यावर मात्र इतक्या वर्षांचा हा मनाचा कोंडमारा, ही दुःखद अवस्था झपाट्यानं बदलली. अधिकाधिक बदलत चालली. तुझ्या चेहऱ्यावर कमीत कमी एवढं तरी समाधान दिसू लागलं, की आपल्या मुलीच्या जिद्दीला, हट्टाला खरंच काही अर्थ होता आणि तिनं ते आता सिद्धही करून दाखवलं आहे.

या संग्रहातील कथांचे अनुवाद वाचून 'ते फार आवडले' असल्याची पावती दहा जणांनी दिल्यावर प्रत्येक वेळेस तू 'अत्यानंदानं कावरीबावरी' होताना, कितीतरी वेळा या अनुवादांची तू पारायणं करताना आणि ते कागद काळजीनं जपून ठेवतानाही पाहिलं आणि एक दिवस, मी कोल्हापूरला आले असताना 'पहिल्या चहा' नंतरच तू विचारलंस—

''सुनी, नवीन काही नाही का लिहिलंस?''

तेव्हा मलाही समजलं, की वाटतो; आपल्या आईलाही आपला अभिमान वाटतो. आपल्या धडपडीची तिलाही जाणीव आहे. आपण आणखी लिहायला हवं.

आज दोन देशांतील, दोन भाषांतील 'अंतर' ओलांडून हे 'कथांतर' पुस्तकरूपानं सामोरं येत आहे. त्याला 'मेहता पब्लिकेशन्ससारख्या' मातब्बर मंडळींचं प्रकाशनछत्र व मा. श्री. गोविंदराव तळवलकरांसारख्या अग्रणींचा आशीर्वाद लाभला आहे. मला आणखी काय हवं?

हवं तर आहेच.
हवी तुझी शाबासकी, आई!
फक्त एकच शाबासकी हवी.

— तुझी सुनी.

प्रस्तावना

दहा वर्षांपूर्वी डॉ. सुनीती देशपांडे माझ्या कार्यालयात आल्या व त्यांनी भाषांतरित केलेल्या काही रशियन कथा 'महाराष्ट्र टाइम्स'मध्ये प्रसिद्ध करता येतील काय, अशी विचारणा केली. मी त्या वाचल्या व मला त्या वैशिष्ट्यपूर्ण वाटल्या तेव्हा आम्ही त्या प्रसिद्ध केल्या. वाचकांनी त्यांचे स्वागत केले. त्यांतील काही कथा संग्रहरूपाने प्रसिद्ध होत आहेत ही आनंदाची गोष्ट आहे.

डॉ. सुनीती देशपांडे या मुंबईतील रशियन वकिलातीच्या सांस्कृतिक विभागात रशियन भाषेचे शिक्षण देणाऱ्या विभागाच्या प्रमुख आहेत. त्यांनी डॉक्टरेट मिळवली आहे.

या संग्रहातील कथांचा काळ पाहिला तर असे दिसेल की, रशियातील झारशाहीपासून ते गोर्बाचेव यांनी सोव्हिएत युनियनमध्ये अभिव्यक्ती स्वातंत्र्याचे पर्व सुरू केले तोपर्यंतचा कालखंड त्यांत प्रतिबिंबित झाला आहे. टॉलस्टॉय, चेकॉव, सोल्झेनित्सिन, बुल्गॉकॉव इत्यादी काही लेखक जगन्मान्य झाले असले तरी देशपांडे यांनी त्यांच्या कथांप्रमाणेच इतरही अनेक रशियन लेखकांच्या कथा भाषांतरित केल्या आहेत. या लेखकांचा थोडक्यात परिचय देण्याची त्यांची कल्पना स्वागतार्ह आहे.

डॉ. देशपांडे या रशियन भाषेच्या तज्ज्ञ असल्यामुळे त्यांनी टॉलस्टॉयच्या नावाचा उच्चार तलस्तोइ असा करण्यात किंवा चेकॉवच्या नावाचा उच्चार चेखव करण्यात काही गैर नाही. पण केवळ आपल्याकडेच नव्हे तर पाश्चात्य जग व अमेरिकेतही टॉलस्टॉय, चेकॉव असे उच्चार केले जात आले आहेत. तेव्हा

शास्त्रापेक्षा रूढी बलवत्तर असे मानून मी इथे टॉलस्टॉय व चेकॉव यांच्या नावांचे उच्चार रूढीनुसार करत आहे.

डॉ. सुनीती देशपांडे यांची कथांची निवड चांगली असून त्यांनी मराठी भाषेच्या धाटणीस बाधा येऊ दिलेली नाही. या कथा वाचताना त्यांतील वातावरण आणि अनुभव हे अपिरिचित वाटत नाहीत. एक तर टॉलस्टॉयची कथा वगळली तर इतर बहुतेक कथा खेड्यात वा लहानशा शहरात घडतात आणि बहुतेक पात्रे ही सामान्य वर्गातील आहेत. अगदी विमानविद्येतील प्रवीण असा एका कथेचा नायकही तसा सर्वसामान्य लोकांतलाच वाटतो. उत्तम ललित साहित्य हे देशकालाच्या मर्यादांच्या पलीकडे जाऊन आकर्षित करत असते. या संग्रहातील कथा याच्या निदर्शक आहेत. एखाददुसरी रूपक कथाही मानवी भावनांचा परिपोष करणारी आहे.

यूरी नगीबीन यांची 'होऊ कशी उतराई' ही कथा वाचताना आपण रवीन्द्रनाथांची कथा वाचत आहोत काय, असा प्रश्न पडतो. प्राथमिक शाळेत शिकणारा सवूश्किन नेहमी उशिरा शाळेत यायचा. त्याच्या कडक शिस्तीच्या शिक्षिकेस हे आवडत नाही. म्हणून सवूश्किनच्या आईकडे तक्रार करण्यासाठी त्या त्याच्याबरोबर जातात तेव्हा सवूश्किन त्यांना त्याच्या नेहमीच्या जंगलातील वाटेने घेऊन जातो. जवळची वाट म्हणून त्याने ती निवडलेली असताना शाळेला उशीर कसा होतो, असा शिक्षिकेस प्रश्न पडलेला असतो. पण जंगलात शिरल्यावर तिथली झाडे, फुले, वेली इत्यादींचे तो रसभरीत वर्णन करू लागतो. ती वृक्षवल्ली त्याची सोयरी झालेली असल्यामुळे त्याला ती चालतीबोलती माणसेच आहेत असे वाटते. तो त्यांच्यासंबंधी इतक्या ममतेने बोलतो की, त्याची शिक्षिकाही भारावून जाते आणि सवूश्किनबद्दल त्याच्या आईकडे तक्रार करण्याचा विचार ती सोडून देते.

यूरी बोन्दरेव यांची 'आम्हाला क्षमा करा' कथा हीही एका शिक्षिकेबद्दलची आहे. पावेल हा अत्यंत यशस्वी विद्यार्थी विमानविद्येत प्रावीण्य मिळवून शोध लावतो व मोठा अधिकारी होऊन नाव गाजवतो. तो सुटीवर आपल्या जुन्या गावी येतो तेव्हा अगदी कोवळ्या वयात त्याचा जीव जिच्यावर जडला होता ती मरण पावलेली असते. त्याला हे माहीत नसते. तिच्या शोधात असताना त्याची शिक्षिका मरीया हिची गाठ पडते. सुखदु:खाच्या गोष्टी होतात आणि शालेय जीवनातील आठवणींना उजाळा मिळतो. मरीयाच्या हाताखालून अनेक विद्यार्थी गेलेले असतात, पण त्यांच्यापैकी कोणीच भेटायला येत नाही. पावेलसारखा नावाजलेला विद्यार्थी भेटायला आला म्हणून मरीयाच्या आनंदाला पारावर राहात नाही. त्याचे पत्र यावे अशी तिची इच्छा असते, पण पावेल पत्ता घेण्याचेच विसरतो. मग पावेल मरीयाचे नाव लिहून तार पाठवतो आणि स्वत:च्या व आपल्या जुन्या सहाध्यायांच्या वतीने माफी मागतो. ही अतिशय साधी पण चटका लावणारी कथा आहे. ती कोठल्याही

समाजात व कोणत्याही काळात घडू शकते.

पाऊस्तोवस्की हे लेखक चित्रकार व संगीतकारांच्या जीवनावर आधारित अशा काही गोष्टी लिहीत असत. त्यांची एक कथा मोझार्टबद्दल आहे. एक निवृत्त व आंधळा झालेला आचारी आपल्या मालकिणीने दिलेल्या खोपटात राहात असतो. त्याला उपवर मुलीची काळजी असते. आपले शेवटचे दिवस आले या समजुतीने तो आपल्या पूर्वायुष्यातील एका अपराधाची कबुली धर्मगुरूकडे देण्यासाठी अधीर झालेला असताना त्याची मुलगी वाटेने जाणाऱ्या एका गृहस्थाला बोलवून घेते. म्हातारा आपल्या अपराधाची कबुली देतो तेव्हा हा गृहस्थ त्याची समजूत घालतो आणि त्या आंधळ्याला त्याची बायको समोर आली आहे असे वाटावे अशा रीतीने तंतुवाद्य वाजवतो. म्हाताऱ्याच्या मनाला शांती लाभल्यावर तो या अनोळखी गृहस्थाचे नाव विचारतो तेव्हा तो सांगतो, मोझार्ट. मोझार्टच्या लोकविलक्षण जीवनात शोभणारा हा प्रसंग हळुवारपणे रंगवला आहे.

टॉलस्टॉय व चेकॉव यांच्या कथांतील प्रसंग व त्यांतील पात्रे ही खास रशियन धर्तीची असली तरी ती आपल्या जवळची वाटतात. टॉलस्टॉय यांच्या या कथेचा नायक व नायिका या उमराव घराण्यातल्या आहेत. त्यांची नायिकेच्या प्रासादतुल्य निवासस्थानात नृत्याच्या निमित्ताने गाठ पडते आणि नायक व नायिका जवळ येतात. नायिकेचे वडील हे अत्यंत देखणे आणि नृत्यात कुशल असतात. पण दुसऱ्या दिवशी एक सरकारी अधिकारी म्हणून त्यांचेच उग्र व क्रूर रूप पाहिल्यावर नायकाचे आपल्या प्रेयसीवरील मन उडून जाते.

चेकॉवचा नायक एक साधा कारकून आहे. संगीत नाटिकेच्या वेळी तो आपल्या वरिष्ठ अधिकाऱ्याच्या मागेच बसला असताना जोरात शिंकतो. आता आपल्या वरिष्ठांचा कोप होऊन शिक्षा होणार; आपली नोकरीही जाणार या भीतीने हा कारकून वरिष्ठ अधिकाऱ्याची इतक्या वेळा माफी मागतो की नाट्यगृहातला प्रसंग विसरलेला अधिकारी संतापतो आणि त्यामुळे आपण निश्चितच संकटात सापडणार या विचारातच त्या कारकुनाचे निधन होते. धास्तावलेला कारकून आणि कातावलेला अधिकारी हे दोघेही अगदी थोड्या शब्दांत चेकॉव आपल्यापुढे उभे करतो. त्याचे हे सामर्थ्य त्याच्या प्रत्येक कलाकृतीत आढळते आणि तेच या लघुकथेतही जाणवते.

सोल्झेनित्सिन यांच्या दोन्ही कथा बोल्शेविक राजवटीतील अन्यायावर प्रकाश टाकणाऱ्या आहेत. एकीतील नायिकेचे वडील कसे निष्णात इंजिनीयर होते आणि त्यांनी तयार केलेल्या योजनेमुळे पाटबंधाऱ्याची योजना कशी फलद्रूप झाली याचे वर्णन तिच्या वाचनात येते. मग ते प्रसिद्ध करणाऱ्या वृत्तपत्राचा अंक संग्रहालयातून चोरण्याचा ती प्रयत्न करत असताना पकडली जाते. तिच्या वडिलांवर अगोदरच्या राजवटीत अन्याय झालेला असतो व त्यांचे श्रेय त्यांना दिले जात नाही. पण तिची

हकीगत कळल्यावर वरिष्ठ अधिकारी तिला ते कात्रण देतोच आणि तिची भलावण करतो. दुसरी कथा सोल्झेनित्सिन यांना रुग्णालयात आलेल्या अनुभवावर आधारित आहे. ते एका निराधार आणि मरणाच्या दारात असलेल्या रोग्याला उपचारासाठी आणतात तेव्हा रुग्णालयातील अधिकारी महिला नियमावर बोट दाखवते. त्या रुग्णाने यादवी युद्धात मर्दुमकी गाजवलेली असल्यामुळे त्याला तेव्हाच्या ज्येष्ठ नेत्याचे (लेनिन?) शिफारसपत्र मिळालेले असते. पण त्या पत्रालाही ती अधिकारी महिला काही किंमत देत नाही. त्या रुग्णालयातील भ्रष्टाचाराचीही उदाहरणे या निमित्ताने सोल्झेनित्सिन देतात. आपल्याकडेही स्वातंत्र्यासाठी देहदंड सोसलेल्या अनेकांना उपेक्षेचा अनुभव आल्याची उदाहरणे अनेकांच्या माहितीत आहेत. तसेच एका मुलाकडून दुसऱ्याकडे अशी त्रिस्थळी यात्रा झालेली म्हातारी आपल्या पाहण्यात आलेली असते आणि नसेल तर येऊ शकते.

अशा या कथा साध्या माणसांच्या आहेत; साधेपणाने सांगितल्या आहेत. तसे पाहिले तर या कथांतील पात्रांच्या भावनांचा मागोवा घेतला गेला असला तरी मनोविश्लेषणाच्या नावाखाली पानेच्या पाने खर्ची पडलेली नाहीत. अल्पाक्षरी शैली म्हणता येईल अशी शैली या संग्रहात ज्यांच्या कथा आहेत त्यांच्या निर्मात्यांची आहे.

कथांतील व्यक्तींची सुखदु:खे ही त्यांची स्वत:ची आहेत. ती एखाद्या वर्गाची आहेत. कोणत्या तरी समाजव्यवस्थेचा ती एक भाग आहेत असे मानून कोणीही व्याख्याने दिलेली नाहीत. टॉलस्टॉय यांच्या कथेतील जुलमी अधिकारी आणि सोल्झेनित्सिन यांच्या कथेतील नियमावर बोट ठेवून मृत्युपंथाला लागलेल्या रुग्णाला परत धाडणारी महिला अधिकारी यांत तसा काहीच फरक नाही. काळ बदललेला असला आणि राजवटही बदलली असली तरी अधिकाराचा माज चढून वागण्यात काही बदल झालेला नाही. पण हे सर्व प्रवचन न देता कथन केले आहे. त्यामुळे वाचकांना 'कथांतराचा' आनंद मिळतो.

अशा या कथा मराठीत आणल्याबद्दल डॉ. सुनीती देशपांडे यांचे अभिनंदन.

गोविंद तळवलकर

जेव्हापासून रशियन भाषेचा अभ्यास सुरू केला, तेव्हापासून ते आजतागायत एक प्रश्न सावलीसारखा पाठलाग करीत आहे - कधी निबंधाचा विषय म्हणून कधी तोंडी परीक्षेत परीक्षकांच्या आवडीचा प्रश्न म्हणून, तर कधी कुणी उत्सुकतेपोटी, चौकसपणानं विचारलं म्हणून –

"तुम्ही रशियन भाषा का शिकलात?"

अशा प्रश्नाचं काही एक तात्पुरतं उत्तर शोधून समोरच्या व्यक्तीचं तसंच तात्पुरतं समाधान करणं सोपं असतं. पण जेव्हा स्वत:साठी या प्रश्नाचं उत्तर मी शोधू लागले, तेव्हा अनेक प्रश्न भोवती फेर धरून नाचू लागतात.

–भारत-सोविएत मैत्री कशी, केव्हापासून सुरू झाली, हे माहीत करून घेण्यासाठी? –नाही.

–केवळ एखादी अधिक गुणवत्ता (additional qualification) जवळ हवी म्हणून? –तेही नाही.

–कसंही करून परदेशी जायचंच होतं म्हणून? –नाही, नाहीच.

–शेजारच्या मित्रराष्ट्राची ही भाषा आहे, म्हणून शिकले, असं उत्तर देऊन एका तोंडी परीक्षेत अडचणीत आले होते. कारण परीक्षकांनी मला असा प्रतिप्रश्न केला होता –

"भाषा मित्राची समजणं महत्त्वाचं की शत्रूची?" तेव्हा तेही कारण बारगळलं.

–आपल्या माहितीतील कुणीही भाषा शिकून 'पद्मश्री'चा मान मिळवला होता? –तसंही घडलं नव्हतं.

राज कपूर यांचा 'मेरा नाम जोकर' हा चित्रपट पाहताना या सर्वार्थानं सुंदर असलेल्या भाषेतील शब्द प्रथम कानावर आले. बऱ्याच शब्दांचे अर्थ कळले नाहीत, पण त्या चित्रपटातील हातात शब्दकोष घेऊन प्रत्येक रशियन वा हिंदी शब्दाला प्रतिशब्द हुडकून तो अनुवादरूपात सांगण्याची कल्पना फारच आवडून गेली. 'दुभाषी' म्हणजे नक्की काय असतं, याविषयी अतोनात उत्सुकता निर्माण झाली. काही शब्द लक्षात राहिले –

'स्पसीबा' (धन्यवाद), 'क्रसीवा' (सुंदर आहे) इ.इ. अर्थ मात्र एकमेकांत मिसळून गेले.

काही दिवसांनीच शिवाजी विद्यापीठात एम. ए. इंग्रजीचा अभ्यास सुरू झाला. रशियन भाषा विभाग काही पावलांच्याच अंतरावर होता. तिथे एक रशियन प्राध्यापक नेहमी दिसायचे. ते समोर दिसताच आम्हां मुलींपैकी कुणीतरी बोलायची घाई करायची. कुणी 'क्रसीवा' म्हणण्यासाठी, तर कुणी 'स्पसीबा' सांगण्यासाठी. एकदा ते तासावर जात असताना पटकन कुणी म्हणून गेलं, 'स्पसीबा'. दाखवायचं एवढंच होतं, की आम्हांला पण तुमच्या भाषेतील शब्द समजतात. ते थांबले आणि विचारलं,

"What for?"

आमची वाचा बसली. तेव्हा त्यांनीच स्पष्टीकरण दिलं,

"तुम्ही आता जे बोललात, त्याचा अर्थ 'धन्यवाद.' म्हणून विचारतो, 'कशासाठी?"

आम्ही त्वरित तिथून काढता पाय घेतला.

दोन-तीन दिवसांनी पुन: हेच प्राध्यापक दुसऱ्या कुणाशी बोलत असताना ऐकलं, की ते त्या माणसाचे रशियन उच्चार रुळावर आणत होते –

'डोस्टोव्होस्की' नाही, तर 'दस्तयेवस्की';

'चेकॉव्ह' नाही तर 'चेखव';

'टॉलस्टॉय' नाही तर 'तलस्तोइ', इ.

नकळत कुतूहल जागं झालं. कमीत कमी या भाषेशी अक्षर-ओळख तरी करून घ्यायला काय हरकत आहे? घरूनही परवानगी मिळाली आणि मी अशी केवळ कुतूहलापोटी ही भाषा शिकण्यासाठी दाखल झाले, आणि अंती पूर्ण प्रेमात पडले, ती आजतागायत. **यासाठी सर्वप्रथम ऋण माझ्या रशियन प्राध्यापकांचं.**

प्रथम प्राध्यापक **व्लादिमीर बेर.**

या भाषेची प्रथम गोडी त्यांनी लावली. त्यांच्या तासाला अतिशय उत्साही, खेळकर वातावरण असायचं. पहिल्या वर्षी परीक्षेचा निकाल हाती देताना त्यांनी सदिच्छा व्यक्त केली-

"आता इथून पुढच्या साऱ्या परीक्षा मॉस्कोमध्येच होऊ देत."

त्यानंतरच्या शिक्षिका, **ततियाना पग्रीबनया.** पहिल्याच भेटीत शिक्षिका-विद्यार्थिनी हे नातं दूर झालं. शिवाजी विद्यापीठातील रशियन भाषेचा अभ्यासक्रम संपल्यावर भारतात या भाषेचं उच्च शिक्षण कुठं मिळू शकतं, याची त्यांनी त्वरेनं चौकशी सुरू केली. कर्नाटक विद्यापीठात 'एम.ए.' अभ्यासक्रमाची सोय आहे, असं समजताच स्वत: धारवाडला जाऊन माझ्यासाठी प्रवेशपत्रिका व इतर माहिती आणली. याच काळात शिवाजी विद्यापीठात त्यांच्या शिफारशीने रशियन भाषा विभागात त्यांची सहाय्यक प्राध्यापिका म्हणून रुजू झाले. ऑफिसचं काम संपल्यावर एम.ए. (रशियन) च्या अभ्यासाची तयारी सुरू झाली. लिखाण, वाचन, संवाद, निवेदन या सर्वांचं शास्त्रोक्त प्रशिक्षण सुरू झालं. या साऱ्याचा मला पुढील आयुष्यात शिक्षण व व्यवसाय यांत फार फार उपयोग झाला. एकदा मीच ततियाना मॅडमना प्रश्न केला :

''केवळ कुतूहलापोटी जिची ओळख करून घेतली ती रशियन भाषा मला इतकी प्रिय का असावी? माझ्या मराठीइतकीच?''

त्यावर त्यांनी फार सुंदर उत्तर दिलं-

''आपली मातृभाषा, आपली मातृभूमी, आपले आईवडील, इतकंच काय पण आपली मुलं, आपली भावंडंही आपण निवडत नाही. ती जन्मदत्त असतात, पण तरीही ती सारी आपल्याला आपली म्हणून प्रिय असतात. दुसरी भाषा जेव्हा आपण नवीन 'संवादासाठी' निवडतो, त्या वेळेस आपण आपल्या मातृभाषेचं रूप त्यात पाहतो. प्रत्येक नवा शब्द, नवी रचना ऐकल्यावर आपल्याला आठवण होते ती आपल्या मातृभाषेची. जशी दुसऱ्या कुणाची आई ओळखीची झाली, की आपण तिला आपल्या आईविषयी सांगावं, इतकं हे सारं सहज आणि इतकं 'आपलं' असतं. शिवाय, काही पूर्वजन्मीचे ऋणानुबंधही असतातच. नाही तर, मी कोण कुठली- कुठल्या दूर मुलखातील, इथं कोल्हापूरला या विद्यापीठात तुला शिकवायला आले असते?''

हे मात्र मला पटलं. ऋणानुबंध काही असलेच पाहिजेत. याचा अनुभव मला मॉस्कोतीलच नाही, तर संपूर्ण सोविएत देशातील विविध ठिकाणांच्या वास्तव्यात आला. १९८१ ते १९८५ हा माझ्या आयुष्यातील बावनकशी सोन्यानं सजलेला परमानंदाचा काळ होता. मॉस्कोत पोचले, तशी दुसऱ्या दिवशी सकाळी थेट लाल चौकात (Red Sqaure) धाव घेतली. जगद्विख्यात ऐतिहासिक, अजरामर ठिकाण माझ्या समोर संपूर्ण भव्यता व सौंदर्यासहित उभं होतं. इतका आनंद झाला, की उभ्या जागी अंगाला कंप सुटला. वोल्गा नदीच्या मातृभूमीवर मराठी गंगा-यमुना सांडू लागल्या....

त्यानंतरच्या तीन ते चार वर्षांच्या वास्तव्यात मी रशियन भाषेशी केवळ एकरूपच झाले होते असं नाही, तर हरक्षणी, हरघडी मी ही भाषा जगले. मला वाटतं, त्या काळात श्वासही रशियनमय झाले होते. याला कारण म्हणजे ज्यांच्यासमवेत मी हा सारा काळ राहिले, त्या माझ्या धारवाडमध्ये काम करणाऱ्या रशियन शिक्षिका-**नतालिया बासिस.** धारवडमध्ये या कडक, शिस्तप्रिय शिक्षिकेचा फारसा सहवास मला घडला नाही, पण त्यांच्याकडे मॉस्को येथे राहू लागल्यावर मात्र या फणसाची केवळ गोडीच अनुभवण्यास मिळाली. त्यांनी वयाची साठी ओलांडलेली होती, पण अमाप उत्साह, अतिशय खोडकर स्वभाव, तल्लख बुद्धिमत्ता आणि शत्रूनंही हेवा करावा, अशी विनोदबुद्धी.

त्यांना कधी कुणी चौकसपणानं विचारलं,

"तुम्ही एकट्याच असता का?"

तर उत्तर देताना आपलं दु:ख ओठावर येऊ न देता मिष्किलपणानं म्हणायच्या,

"पुरुषाला माझ्या घराचा लळा कधी लागलाच नाही. एक बोका पाळला होता, तोही पळून गेला."

पण या सर्वांपेक्षा आम्हांला जवळ आणलं, ते भारत आणि रशिया यांच्याविषयी वाटणाऱ्या परस्पर प्रेमानं.

एकदा मी दुपारी लोळत अभ्यास करीत असताना त्यांना विचारलं,

"तुम्ही भारतात आला होतात, याचा काय पुरावा आहे तुमच्याकडे?"

त्यांनी त्वरित टेबलावर ठेवलेला कॅमेरा उचलला आणि माझा फोटो काढीत म्हणाल्या,

"हा इथे पहुडलेला पुरावा. सर्वांना दाखवेन."

त्यांचा मला मोलाचा संदेश असा होता –

"तू संपूर्ण भाषेत शिरायला हवंस. केवळ व्याकरण, निबंध, व्याकरण आणि खडू-फळा यात गुरफटून राहू नकोस. त्याबाहेर ये आणि पाहा कशी वेडी होऊन जाशील. जेव्हा तू अनुवाद यशस्वी रीत्या करू शकशील, तेव्हाच साऱ्या शिक्षणाचं सार्थक होईल."

नतालिया मॅडमनी माझे रशियन भाषेचे उच्चार व्यवस्थित केले, व्यासपीठावर उभं राहून श्रोत्यांना कसं सामोरं जावं, टेलिफोनवर प्रभावी रीत्या कसं बोलावं, (त्यांच्या मते भारतीय माणूस प्रत्येक दोन-तीन शब्दांनंतर 'हॅलो-हॅलो' म्हणत राहतो, ते चुकीचं आहे.) हे शिकवलं, इतकंच नाही तर रेडिओ-टी.व्ही. या ठिकाणी नेऊन बातमीदारांशी ओळखी करवून देऊन त्यांच्यातर्फे मला मार्गदर्शन मिळेल, अशी व्यवस्थाही केली. या साऱ्याचं ऋण फिटणं कसं शक्य आहे?

हे तीनही शिक्षक, ज्या दिवशी मला 'डॉक्टरेट'ची पदवी मिळायची होती, त्या

समारंभास उपस्थित होते. सर्वांच्या वतीनं नतालिया मॅडमनी सांगितलं,

"We bless Suniti to have similar students, as she was to us."

शिक्षण संपवून भारतात परत आल्यानंतर काही दिवसांनीच येथील 'हाऊस ऑफ सोविएत कल्चर' (आजचं 'कल्चरल सेंटर ऑफ रशिया') या ठिकाणी प्राध्यापिका म्हणून दाखल झाले. श्रीगजाननाची साक्ष आहे, त्याच्या कृपेनं मी आज ज्या जागेवर आहे, त्यासाठी माझी कधी औपचारिक मुलाखतही झाली नाही. तत्कालीन रशियन अधिकाऱ्यांशी ओळख करून घेताना जी पाच-सहा वाक्यं रशियनमध्ये बोलले, तेवढीच.

शिक्षणकालात जी स्वप्नं पडायची, ती अशाच नोकरीच्या ठिकाणाची, अशाच सहकाऱ्यांची आणि अशाच वरिष्ठांचीही. माझं एक पाऊल, तर माझ्या वरिष्ठांची पुढील अकरा पावलं. मी कधी एखादी कल्पना सुचवली आणि त्यांनी ती उचलून धरली नाही, असं कधीच झालं नाही. आणि वागणूकही अत्यंत सन्मानाची, प्रेमाची आणि त्याहूनही अधिक कृतज्ञतेची. त्यामुळे माझा कामाविषयीचा आनंद आणि उत्साह जेवढा पंधरा वर्षांपूर्वी होता, तेवढाच आजही कायम आहे.

मला लिहिण्यास प्रवृत्त आणि उत्साहित करण्यामध्ये फार मोठा सहभाग माझ्या विद्यार्थीमित्रांचा आहे.

एकदा वर्गात 'आम्हांला क्षमा करा' ही कथा वाचत होते. इंग्रजी अनुवादासहित. कथा पूर्ण झाल्यावर डोळ्यांपुढं काही दिसेनासं झालं. मी फार अस्वस्थ झाले. विद्यार्थी वर्ग एकदम गंभीर होऊन गेला.

"मॅडम, तुम्ही एवढं वाईट का वाटून घेता? आम्ही काही पावेलसारखे तुम्हाला विसरणार नाही."....

"मॅडम, हेच भाषांतर तुम्ही मराठीत लिहून काढा."

अशा रीतीनं त्यांच्या आग्रहाखातर पहिला अनुवाद तयार झाला. तो वाचल्यानंतर 'फक्त एकाच कथेचा का केलात, अशी विचारणा सुरू झाल्यामुळे 'जन्माचे झाले सोने' हा अनुवाद तयार झाला. यानंतर स्वत:लाच राहवेना, म्हणून 'खोटारडे कुठले!' हा अनुवाद प्रत्यक्षात आला.

आता प्रश्न उपस्थित झाला, की या कथांचं करायचं काय? 'महाराष्ट्र टाइम्स'चे तेव्हाचे संपादक श्री. गोविंदराव तळवलकर यांची एका समारंभात पुसटशी ओळख झालेली होती, पण तेवढ्या ओळखीवर कथा छापता का, असं विचारायचं धाडस होईना!

इथे एक शिष्योत्तम श्री. शिरीष घोगे उभे राहिले. त्यांनी श्री. अशोक जैन यांची ओळख करून दिली. जेव्हा तीनही कथा स्वीकारल्या गेल्याचं पत्र आलं, तेव्हा

'एव्हरेस्ट'ही ठेंगणा वाटू लागला. तीननंतर तेरा - त्यांच्या तेवीस व तेवीसच्या सत्तावीस - अशा चढत्या भाजणीनं या कथा एका पाठोपाठ एक प्रकाशित होऊन लोकप्रिय झाल्या.

श्री. गोविंदराव तळवलकर, त्यांचे सहकारी श्री. अशोक जैन, श्री. आ. श्री. केतकर, श्री. श्रीराम शिधये, श्री. मुकुंदराव तळवलकर व प्रतिमा जोशी यांच्या सहकार्याचं आणि सदिच्छांचं मोल माझ्या दृष्टीनं आभाळाएवढं आहे. कारण या सर्वांच्या प्रोत्साहनामुळं माझ्यासारख्या नवख्या लेखिकेला 'मैफलीचा मान' मिळाला. आपण चांगलं लिहू शकतो, हे मला 'महाराष्ट्र टाइम्स'नं सांगितलं आणि आणखी लिहावं, रशियन व्यतिरिक्त विषयांवरही लिहावं, हेही 'म.टा.'नं सुचवलं. मी ऋणी आहे.

आजवर या भाषेनं एवढी अनंत आनंद-संपदा व गौरव-क्षण माझ्या झोळीत टाकले आहेत, की त्यांचं मोजमाप हिऱ्या-मोत्यांच्या सहस्रावधी राशींतही होणं कठीण, केवळ अशक्य आहे. मॉस्कोतील शिक्षण काळात भारताचे तत्कालीन सोविएत देशातील राजदूत पै. नुरुल हसन यांचं कृपाछत्र, १९८३मध्ये भारताचे प्रथम अंतराळवीर श्री. राकेश शर्मा यांच्या गौरव समारंभात विद्यार्थी-दशेत दुभाषी म्हणून काम करण्याची मिळालेली सुवर्णसंधी, १९८५मध्ये भारताचे त्या वेळचे पंतप्रधान कै. राजीव गांधी व श्रीमती सोनिया गांधी यांना त्यांच्या मॉस्को भेटीतील समारंभात भेटण्यासाठी आपल्या राजदूतावासानं दिलेलं खास वैयक्तिक लेखी निमंत्रण... आणि १९९५मध्ये रशियाचे साहित्याचे नोबेल पारितोषिक विजेते बंडखोर लेखक 'अलेक्सांद्र सोल्झेनित्सिन' यांच्या पत्नीची मुलाखत 'महाराष्ट्र टाइम्स'साठी अनुवादित केल्यावर त्यांनी आणखी अनुवादासाठी पाठवलेल्या कथा व १९९५मध्ये या दांपत्याच्या निमंत्रणावरून त्यांच्या मॉस्को येथील निवासस्थानी झालेली भेट... अशा किती म्हणून नजर ओलावणाऱ्या क्षणांचे दाखले द्यावेत?

श्री. सुनीलजी मेहता यांनी 'फुलांचे बोल' या माझ्या पहिल्या पुस्तकानंतर लगेचच या नव्या 'कथांतरा'चे काम सुरू केले. त्यांची कामाची पद्धत अतिशय वक्तशीर व शिस्तबद्ध आहे. श्री. प्रसाद मणेरीकरांकडून या कथांचे सूक्ष्म वाचन करवून घेतले. त्यांची व सौ. आश्विनी खेर यांच्या सदैव हसतमुख सहकार्याची विशेष नोंद मला करावयाची आहे.

माझ्या लिखाणाची प्रथम वाचक - आई, अत्यंत मितभाषी पण नेहमी माझ्या नव्या यशाचे कौतुक करणारा व नव्या पुस्तकाची वाट पाहणारा माझा मोठा भाऊ शेखर, माझा उपकारकर्ता आणि सदैव पाठिराखा धाकटा भाऊ चि. सतीश, सौ. वंदना, माझे 'फुलांचे बोल' प्रकाशित झाल्यावर 'क्षणभरासाठी माझे आई-बाबा होऊन' थेट रशियन वकिलातीत 'फॅक्स' पाठवत 'इंदिरा प्रियदर्शिनी' म्हणून माझे

अभिनंदन करणारी सौ. सुमनमावशी (सौ. सुमति जेजुरीकर), कोल्हापुरातील माझे जिवलग आप्त श्री. व सौ. आत्माराम हर्डीकर, डॉ. दु. का. संत - आणि कुटुंबीय, माझे चुलत भाऊ चि. मिलिंद, चि. विवेक, डॉ. नितीन, चि. प्रसाद देशपांडे - आणि कुटुंबीय या सर्वांचे आशीर्वाद आणि सदिच्छा हे 'कथांतर' पैलतीरी नेण्यासाठी सार्थकी लागले आहेत.

दिलेल्या शब्दाला जागून अमेरिकेहूत खास् 'E-mail'ने प्रस्तावना पाठवलेले श्री. गोविंदरावजी तळवलकर, 'सामना'मधील सदैव हितचिंतक श्री. संजयजी राऊत व श्री. सुरेंद्र मुळीक, ऑफिसमधील माझे सहकारी मित्र – सौ. वनजा अंचन व श्री. पी. टी. डिसूझा – या सर्वांनी या पुस्तकाच्या निर्मितीकाळात माझा उत्साह सतत जागता ठेवला.

डॉ. दमित्री चेलिशेव. आमचे आजी डायरेक्टर. केवळ माझ्या पूर्वसंचिताचं धन. अशा व्यक्तीच्या हाताखाली काम करण्यासाठी एक जन्म पुरणार नाही, एवढं मन आणि त्याहूनही मोठं कर्तृत्व. सदैव तत्पर. सदैव हितकर. यामुळेच त्यांच्या कारकीर्दीत एका वर्षात हे दुसरं पुस्तक तयार होत आहे.

या कथांचे जनकच खूप थोर. माझी भूमिका केवळ–

'मी तो हमाल, भार वाही'

अशी आणि एवढीच आहे. पण हा भार मी पारितोषक समजून आनंदानं झेलला. वाचकांना हे अनुवाद न वाटता त्यातून मूळ कथा वाचल्याचे समाधान मिळाले, तर या भारांचे पुष्पहार होऊन ते मराठी सारस्वताच्या पायी ऋजु होतील.

– सुनीती

अनुक्रमणिका

एका पामराची अखेर

(आन्तोन चेखव) चेकॉव्ह

मूळ कथालेखक– आन्तोन चेखव

थोर, जगप्रसिद्ध रशियन नाटककार आणि लघुकथाकार. लघुकथांसाठी विशेष लोकप्रिय. बहुतांशी लिखाणासाठी काही गंमतशीर टोपणनावांनी प्रसिद्ध. उदा. 'गद्य कवी,' 'आंतोशा चेखोंचे' इ. इ. चेखव यांचा विनोद नर्म, ताजा, प्रसंगी हळुवार तर प्रसंगी खोडकर. सतत माणसाच्या त्रुटींवर बोट. दीर्घकालीन नसली, तरी दैदीप्यमान, कारकीर्द. अखेरच्या रचनांत सातत्यानं मायदेशाच्या भविष्याचा विचार आणि येऊ घातलेल्या नव्या पहाटेचा जयजयकार.

थोर रशियन लेखक काऊंट लेव तलस्तोइ फार क्वचित आणि फार तोलून मापून स्तुती करणारे म्हणून प्रसिद्ध. पण चेखव यांच्या लिखाणाला त्यांनी अशी उत्स्फूर्त दाद दिली.

-"किती जिवंत, किती सुंदर भाषा आहे यांची! ज्या क्षणी मी त्यांचं लिखाण वाचायला सुरुवात केली, त्या क्षणीच तिनं मला पुरतं जिंकलं."

इतर प्रसिद्ध साहित्य

'चेरी ऑर्चर्ड', 'काका वान्या', तीन बहिणी (नाटके), 'कश्तान्का', 'मुखवटा',

‘असहाय जीव’, ‘शस्त्रक्रिया’, ‘वान्का’, बेरकी मुलगा’, ‘मीठ जास्त झालं’, ‘जाड्या आणि रड्या’ या आणि अशा शेकडो लोकप्रिय लघुकथा.

एका पामराची अखेर

थिएटर माणसांनी कसं फुलून गेलं होतं. पाश्चात्य ऑपेरा चालू होता. इवान् दृमित्रिच् दुसऱ्या रांगेत बसले होते. हातात दुर्बीण घेऊन मोठ्या समरसतेनं ते हा ऑपेरा ऐकण्यात दंग होऊन गेले होते. इवान् दृमित्रिच् एका स्थानिक सरकारी कचेरीत कारकुनाची नोकरी करायचे. ते आपल्याच आनंदात अगदी गुंग होऊन गेले असता, अचानक, काही ध्यानीमनी नसताना, डोळ्यांसमोर धरलेली दुर्बीण क्षणभर दूर सरकली, आणि...

ऑऽऽक....छी!

चांगलीच जोराची शिंक आली. शिंकेचा काय भरवसा? ती आगाऊ सूचना देऊन थोडीच येते? शिंकेचा ‘बळी’ कोणीही ठरू शकतो – स्त्री, पुरूष, पोलीस अधिकारी, इतकंच नव्हे, तर सरकारी गुप्त सल्लागारही. म्हणूनच त्यांना या शिंकेचा फारसा बाऊ नाही वाटला. पण तरीही, एक विनयशील नागरिक म्हणून त्यांनी आजूबाजूला नजर वळवली. कदाचित कोणाला व्यत्यय तर नाही ना आला? इतक्यात, त्यांचं लक्ष समोर गेलं – पुढच्याच रांगेत बसलेल्या ‘त्या’ वयस्क माणसाकडं. त्यानं प्रयत्नपूर्वक आपल्या टकलावरून आणि मानेवरून हातमोजा फिरवला. इवान् दृमित्रिच् यांच्या डोक्यात लख्ख प्रकाश पडला. अरे! हे तर आपले साहेब! जनरल साहेब! बापरे बाप!

मी शिंकून यांच्या अंगावर शिंतोडे उडवले की काय?

छे:! छे:! असं व्हायला नको होतं.

चुकून त्यांचं लक्ष तर नाही ना गेलं आपल्याकडे? आपण मागेच बसलो आहोत, हे त्यांच्या ध्यानात तर नाही ना आलं? काय वाटलं असेल त्यांना?

माझे थेट साहेब नसले, म्हणून काय झालं? दुसऱ्या कुणाचेही असले, तरीसुद्धा अखेर साहेब ते साहेबच. हे तर साक्षात् जनरल साहेब! ते काही नाही. क्षमा मागायला हवी, हेच खरं. मागायलाच हवी.

इवान् दृमित्रिच् यांनी जरासा घसा साफ केला. थोडंसं पुढे झुकले आणि साहेबांच्या कानापाशी जाऊन पुटपुटले :

“माफ करा साहेब, मला अचानक शिंक आली. तुमच्या अंगावर शिंतोडे उडले का? तसं असलं, तर खरंच माफ करा, माझ्या मनात खरंच तसं काही......“

“छे हो! त्यात माफी कसली मागायची? होतं असं कधी कधी.”- साहेब

म्हणाले.

"पण खरंच मी जाणुनबुजून तसं केलं .....नाही हो! मग हेतुपुरस्सर तसं काही करणं तर...." इवान् द्मित्रिच्.

"असू दे हो. तुम्ही एवढं काय मनाला लावून घेता? जरा शांत बसा पाहू. आणि मलाही आनंद घेऊ दे या ऑपेराचा." साहेब कुरकुरत पण समजावणीच्या सुरात बोलले.

पण इवान् द्मित्रिच् यांच्या आनंदावर या प्रकारानं पुरतं विरजण पडलं होतं. वाढती बेचैनी त्यांना अस्वस्थ करत होती. मध्यंतरात त्यांनी पुनश्च साहेबांना गाठलंच.

"साहेब, आगळीक झाली खरी, पण नकळत. अगदी नकळत. तुम्हाला असा त्रास देणं कधी माझ्या स्वप्नातही....नाही हो!"- इवान् द्मित्रिच् अजूनही घाबरलेल्या अवस्थेतच होते.

"ओ-हो. ओ-हो. अहो, जाऊ द्या हो. विसरून जा आता सारं. मी तर कधीच विसरूनही गेलो. पण तुम्ही मात्र केव्हाचे तेच ते उगाळत बसला आहात."- साहेब त्रासून उत्तरले.

इवान् द्मित्रिच्‌ना वाटलं, बोलणं सोपं आहे. म्हणायला काय जातं? म्हणे विसरून गेलो! आणि नजरेत तर केवढा संताप दिसतो आहे! मी बोलण्यास गेलो, तर बोलण्याचं साधं सौजन्यही नाही. पण अखेर, काही झालं तरी साहेब ते साहेबच. त्यातून जनरल साहेब. मला फक्त एवढंच सांगायचं होतं, की जे काही झालं, ते घडलं, मी केलं नाही. आणि एखाद्याला शिंक येणं ही एवढी नैसर्गिक बाब आहे, की ती कधीही, कोणाच्याही बाबतीत घडू शकते. न जाणो, जनरल साहेबांना वाटलं असेल, की थिएटरमध्ये सगळीकडे अंधार. याचा फायदा घेऊन, ते समोरच्या रांगेत बसलेले आहेत हे पाहून मी त्यांच्या टकलावर मुद्दाम थुंकलो तर नसेन? जणू काहीच घडलं नाही, असं आता दाखवतात खरे, पण नंतर काढतील वचपा. असातसा नाही, तर चांगली अद्दल घडवतील. जन्मभर लक्षात राहील, अशी.

घरी येताच पत्नीला विश्वासात घेऊन त्यांनी सारं काही सांगितलं. पण तिनं काही फारसं मनावर घेतलं नाही. निदान इवान् द्मित्रिच् यांना कमीत कमी तसं वाटलं तरी. बरोबरच आहे म्हणा! अपराध माझा आहे, तेव्हा शिक्षेची भीतीही मलाच असणार. तिलाही थोडीफार भीती वाटली म्हणा, पण हा आपल्या नवऱ्याचा 'थेट साहेब' नाही, असं समजताच तिचा जीव भांड्यात पडला. तरीही नवऱ्याला धीर देत ती म्हणाली,

"तरीसुद्धा मला असं वाटतं, की तुम्ही जावं आणि त्यांना सारं सांगावं. म्हणावं, माझा अपराध पोटात घाला मोठ्या मनानं. नाही तर त्यांना वाटायचं,

चारचौघांत कसं वागायचं, याचाही पोच नाही तुम्हाला.“

“बरोबर. मलाही अगदी हेच म्हणायचं आहे. तुला काय वाटतं, मी माफी न मागताच परतलो, की काय? मागितली तर! आणि एकदा नाही, तर चांगली तीनदा. पण ते काहीबाही असंबद्धच बोलत राहिले. आणि बोलायला तसा वेळ तरी कुठं होता? माफी मागितली, ती उभ्याउभ्या आणि त्यांनी क्षमा केली, तीही अशीच. जाता जाता.”

दुसऱ्या दिवशी सकाळी इवान् दमित्रिच् यांनी नवा परीटघडीचा गणवेष घातला आणि पुन: जनरल साहेबांकडं दबकत दबकत दाखल झाले. त्यांच्या केबिनमध्ये शिरताच तिथे आपल्यासारखीच बरीच माणसं आपल्या तक्रारी - गाऱ्हाणी घेऊन आल्याचं इवान् दमित्रिच् यांनी पाहिलं. खुद्द जनरल साहेब कान देऊन प्रत्येकाचं म्हणणं ऐकून घेत होते. एवढ्यात त्यांचं लक्ष इवान् दमित्रिच् यांच्याकडे केलं. नकळत मान उंचावली गेली आणि साहेबांनी विचारलं, “बोला, काय म्हणता?”

“काल थिएटर... तुम्हाला आठवतं....? साहेब....पण....मी चुकून....शिंक.....आणि नकळत शिंतो.....डड..मला...क्षमा....ना?“- इवान् दमित्रिच् यांची एव्हाना बोबडी वळली होती.

“अहो, मी पुन: पुन: तेच सांगतो. ही एवढी क्षुल्लक बाब आहे. पण तुम्ही अगदी नुसता उच्छाद आणलात. अगदी नको-नको केलं आहे तुम्ही.”

“बरं, तुमची काय तक्रार आहे?”- जनरल साहेबांनी पुढील माणसाकडे वळून विचारलं.

इवान् दमित्रिच् पुरते खचून गेले बिचारे. साहेबांनी आपल्याशी साधं बोलणं देखील टाळलं याचा अर्थ एकच. राग. केवळ आत्यंतिक रागच अशा वागण्यापाठीमागं असू शकतो. म्हणजेच, हा मामला मी असा अर्ध्यावर सोडून देता कामा नये. मला वेळात वेळ काढून त्यांच्याशी बोलायलाच हवं.

काही वेळानं जनरल साहेब रांगेत बसलेल्या शेवटच्या माणसाशी बोलणं संपवून जायला निघाले. इवान् दमित्रिच् हळूच पुढे झाले आणि दीनवाण्या सुरात म्हणाले, “साहेब, मला माहीत आहे, मी पुन: पुन: तुम्हाला तसदी देत आहे. पण, केवळ नाइलाजानं. खरंच माझा तसा काही उद्देश.... हो! अगदी...मनापासून...”

“हे....हे मात्र फारच झालं. अगदी हद्दच गाठलीत तुम्ही. शुद्ध चेष्टा चालवली आहे तुम्ही माझी. दुसरं काही नाही.“ असं म्हणून साहेब लगबगीनं निघून गेले.

इवान् दमित्रिच्ना काही उलगडा होईना!

मी आणि चेष्टा? तीही खुद्द जनरल साहेबांची? भलतंच! काय बिशाद आहे माझी? एवढा मोठा साहेब, अन् इतकी साधी गोष्ट त्यांना समजू नये? एखाद्या माणसाकडून नकळत चूक झाली असली आणि त्याला मनापासून माफी मागायची

असली, तर कमीत कमी ऐकून घ्यायला काय होतं? पुन: काही मी इथं लाचारीनं माफी मागायला यायचा नाही. इथून पुढे हे हेलपाटे बंद. देवाशपथ बंद. आता एक सविस्तर पत्रच लिहितो जनरल साहेबांना. म्हणजे या प्रकरणावर कायमचा पडदा पडेल!

घरी जाताना त्यांच्या डोक्यात फक्त हे आणि असेच विचार होते. पण हातून पत्र लिहून झालं नाही, ते नाहीच. दुसऱ्या दिवशी सकाळी सकाळीच ते पुन: येऊन हजर झाले - जनरल साहेबांकडे...

"साहेब, माफ....मी कालच....मी तुम्हाला अजाणतेपणानं का.... पण त्रास दिला. त्यात माझी काहीच चूक नाही.... होऽऽऽ" - इवान् द्मित्रिच् पुन:पुन: तेच तेच पुटपुटत राहिले.

जनरल साहेबांच्या भुवया तिरक्या रेषेत उंचावत पसरल्या. डोळे चांगलेच विस्फारले गेले.

इवान् द्मित्रिच् अजून बोलतच होते.

"साहेब, आता अगदी शेवटचंच. पण मी हात पसरतो, भीक मागतो... तुमच्या...हो! अगदी असह्य झाला आहे मला हा ताण पण खरंच, शिंतो....डड...ची माझ्या ...रख्या कारकुना..हिंम..च कशी होईल हो? तुमच्यासार...वजनदार असामी...अवमान? आणि तोही माझ्या....रख्या कारकु....कडून? काढून टाका मनातून हे आणि माफ....एकदाचं ....म...मला. दया करा या पामरावर.... कराल ...ना?

"चालता हो इथून आणि दृष्टिआड हो माझ्या. ताबडतोब. समजलं?" साहेब विजेसमान गरजले आणि दाण् दाण् पाय आपटत निघून गेले.

इवान् द्मित्रिच् यांच्या पोटात ढवळू लागलं. त्यांना फार फार अस्वस्थ वाटू लागलं. कान बधिर झाले. नजर वर उठेना! अशा अवस्थेत ते ऑफिसमधून बाहेर पडले आणि रस्त्यावर आले.

छे:! छे:! हे मात्र फारच...सरळसरळ चालता हो म्हणाले अं...?अं....?

नेहमीच्या सवयीनं पायांनी घरी आणून पोचवलं. कसेबसे येऊन कोचावर बसले. अंगावरचा नवा गणवेषही उतरवला नाही. कोचावर बसताक्षणीच त्यांची पाठ टेकली. जशी पाठ विसावली, तशी इवान् द्मित्रिच् यांना झोप लागली.

काळझोप.

***

दुसऱ्या दिवशी सकाळी

कऊंट लेव तलस्तोइ (लिओ टॉलस्टॉय)

मूळ कथालेखक - काऊंट लेव तलस्तोइ (लिओ टॉलस्टॉय)

जगप्रसिद्ध, थोर रशियन साहित्यिक लेव तलस्तोइ. 'युद्ध आणि शांती,' 'पुनरुत्थान', आणि 'आन्ना करेनिना' या साहित्यकृतींमळे अजरामर झाले. त्यांची पहिली प्रकाशित आत्मचरित्रपर कृती 'लहानपण' होती आणि त्या पाठोपाठच त्यांच्या साहित्यिक अधिकारात आणि लोकप्रियतेत भर टाकणाऱ्या साहित्यकृती 'पौगंडावस्था' आणि 'तारुण्य' प्रकाशित झाल्या.

माणसाचं मन, त्याची वैयक्तिक नीतिमूल्यं, काही कठीण प्रसंगांना सामोरं जात असताना झालेली विवेकी मनाची अस्वस्थ आंदोलनं आणि त्यांतून बाहेर पडण्यासाठी घेतले गेलेले कठोर निर्णय, हे आणि असे विषय तलस्तोइ यांच्या लिखाणात समर्थपणे हाताळले गेले आहेत. माणसाच्या विवेकबुद्धीचं त्यांना विशेष अप्रूप आहे. संकटांवर, प्रलोभनांवर मात करूनही ती कशी तरून जाऊ शकते, व कित्येकदा खोट्या सावलीमागं धावणारं, गोंधळून जाऊन असमाधानी विचारांच्या संघर्षात सापडलेलं त्याचं मन विवेकबुद्धीनं योग्य वाट दाखवताच कसं भानावर येतं, हे तलस्तोइ यांनी अनेक प्रसंगांतून, अनेक कथांतून दाखवून दिलेलं आहे. यातूनच त्यांच्या 'आत्मपरिपूर्णता' या शिकवणीचा उदय.

महात्मा गांधींच्या अहिंसाविषयक विचारांनी भारावून जाऊन तलस्तोइ यांनी गांधीजींशी दीर्घकाळ स्नेह व मैत्रीपूर्ण पत्रव्यवहार ठेवला होता.

तलस्तोइ यांनी लहान मुलांसाठीही विपुल लेखन केले आहे.

इतर प्रसिद्ध साहित्य

'जिवंत प्रेत', 'माझा विश्वास कशावर?', 'इवान इलिचची अखेर', 'प्योदर कुझ्मिच्ची (मरणोत्तर) सापडलेली टिपणं', आणि इतर असंख्य.

दुसऱ्या दिवशी सकाळी

गप्पा रंगात आल्या होत्या. इवान् वसिल्येविच् नेहमीप्रमाणं मित्रांच्या कंपूत बसले होते. आजच्या गप्पांचा विषय होता– 'माणूस बदलू शकतो.' बहुतेकांचं मत असं पडलं की, माणूस बदलायचा, तर आधी सभोवतालची परिस्थिती बदलावी लागते, कारण माणूस हा नेहमीच परिस्थितीचा गुलाम असतो. पण इवान वसिल्येविच्ना हे म्हणणं मान्य नव्हतं. त्यांनी ते लगेच खोडून काढलं. अन् म्हणाले,

"माणूस परिस्थितीच्या प्रभावाखाली येऊ शकतो. मान्य. पण प्रसंगी एखादी घटनाही त्याचं सारं आयुष्य बदलून टाकू शकते. तिथे तीच परिस्थिती कायम राहिली तरी.."

"ते कसं काय होऊ शकतं?" मित्रांनी औत्सुक्यानं विचारलं. "सांगतो, सांगतो. घटना नुसती ऐकिवातील नाही, तर प्रत्यक्ष मी इथे कथानायक आहे."

"तुम्ही? आणि कथानायक? मग सांगाच!" सर्वांनी हट्टाचा सूर धरला.

इवान् वसिल्येविच् नेहमी अशी वेचक उदाहरणं देऊन आपलं म्हणणं पटवून द्यायचे. प्रसंगी विषयांतरही होत राहायचं, पण त्यांचं बोलणं मनापासून आणि खऱ्याला धरून असल्यामुळे त्यांचा स्वत:चा असा एक श्रोतृवृंद तयार झाला होता.

"आज मी जो आणि जसा काही आहे, तसा पूर्वी नव्हतो. आणि हे सर्व बदलण्यासाठी कारण ठरली केवळ एक रात्र. नव्हे, दुसऱ्या दिवशीची सकाळ म्हणेन मी."

मित्रमंडळी श्वास रोखून ऐकू लागली.

"गोष्ट तशी फार जुनी आहे. मी तिच्या प्रेमात पडलो होतो. तसा प्रेमात मी खूप वेळा पडायचा, पण इथं मात्र स्वत:ला विसरून आकंठ बुडून गेलो होतो. आता तिच्या मुली विवाहित आहेत. पण जाऊ दे ते... सांगायचं एवढचं की, या वेळेस मामला चांगलाच गंभीर होता. अगदी अलीकडंच मी तिला पाहिलं. पन्नाशी उलटल्यावरही तिचा डौल अजून कायम आहे. मग तेव्हा तर काय, उणीपुरी अठरा

वर्षांची होती. एखाद्या लोभस मयूरीप्रमाणं मान उंच, ताठ करून चालायची. चेहरा तर एखाद्या चित्राप्रमाणं सुंदर. इतका सुंदर, की... तेवढं सुंदर आजवर विधात्यानं काही निर्मिलं नसावं. चालणं इतक्या अदबीचं की, वाटायचं, कुण्या राजघराण्यातील हा जरतारी पदन्यास तर नव्हे? बोलणंही असं तोलून मापून असायचं की, प्रथमदर्शनी माणूस जवळ जाऊन बोलायलाही धजायचा नाही. नृत्यात तिची सोबत मिळावी, म्हणून कित्येक महाभाग पहाटे-पहाटेपर्यंत रेंगाळत राहायचे.

आतासारखं आमच्या काळात क्लब, सिनेमा वगैरे काही-काही नव्हतं. मी श्रीमंत घरातील मुलगा होतो. तरुणही होतो. शिकावं आणि मनसोक्त मौज करावी. जात्याच माझा स्वभाव आनंदी आणि खेळकर. त्यातून मित्र प्रिय. याशिवाय दिसायला कसा असेन, याची तुम्ही आजही कल्पना करू शकता! मादक पेयांच्या वाटेला मी चुकूनही जात नसे. मला सर्वांत प्रिय होतं, ते नृत्य आणि संगीत. खूपदा रात्री उशिराच्या मेजवानीचं निमंत्रण असायचं. तिथं मी नृत्याची हौस पुरेपूर भागवून घेत असे. विशेषत: 'बॉल' नृत्याची.

एक दिवस संध्याकाळी मला निमंत्रण होतं. एका स्थानिक अधिकारी व्यक्तीकडचं. बडं मातब्बर प्रस्थ होतं. तिथून निमंत्रण येणं हाच एक मोठा सन्मान वाटायचा. यजमान अतिशय दयाळू आणि आतिथ्यशील. अर्धांगीही त्यांना साजेलशीच होती. पूर्वीच्या चित्रकारांच्या आवडत्या 'नायिका' असाव्यात, तशी. पायापर्यंत लोळण घेणारा मखमली सैलसा झगा. खांदे आणि पाठीचा बरासचा भाग मात्र खास आकर्षित करण्यासाठी म्हणून उघडा. त्या झग्यावर रुळणारे चमचमत्या हिऱ्यामोत्यांचे ते दागिने - जणू लखलखीत चांदण्यांचे दिवे कुणी मुद्दाम आकाशात लावावेत तसे. निमंत्रण बॉल नृत्यासाठी होतं. हॉल उत्कृष्ट रीतीनं सुशोभित केलेला. गायक तयारीचे. वाद्यवृंदही पंचक्रोशीत निष्णात असा. खाद्यपदार्थांची नुसती लयलूट. आणि पेयांविषयी विचाराल, तर शॅम्पेनचा अक्षरश: महापूर लोटला होता. कमी काहीच नव्हतं. माझ्या आवडत्या वारेन्कासोबत नृत्य करायला मिळणार, या नुसत्या कल्पनेनंच पाय जमिनीवर ठरत नव्हते. सभोवताली शॅम्पेनची कारंजी उडताना मी मात्र कोरडाच होतो. कारण धुंदी चढली होती प्रेमाची. वारेन्कानं त्या दिवशी पांढरा शुभ्र झगा घातला होता, गुलाबी रंगाचा कमरपट्टा, पांढरे हातमोजे आणि त्या रंगाचे बूट.

फक्त सुरुवातीचं नृत्य मी तिच्याबरोबर नाही करू शकलो. तेवढ्यात एका महाभागानं तिला वळवून आपल्याकडं नेलं. पण तेवढंही मला सहन नाही झालं. नंतर मात्र मी तिला क्षणभरही विसंबू नाही दिलं. तिच्या गहिऱ्या निळ्या डोळ्यांत आणि गालावरील खळ्यांमध्ये मी पूर्ण बुडून, हरवून गेलो होतो. बाकीच्यांची अवस्थाही तीच झाली असावी. सुंदर स्त्रियांचं तर तिथे जणू संमेलन भरलं होतं. पण

वारेन्कापुढं साऱ्या कशा, फिक्या...निर्जीव वाटत होत्या.

एक नृत्य संपून दुसरं सुरू झालं, तशी ती संपूर्ण हॉल ओलांडून एखादा विजेचा लोळ झेपावत यावा, त्याप्रमाणं माझ्याकडं धावत आली. साऱ्यांनी बघितलं आणि... बघतच राहिले. नंतरचं काही आठवत नाही... वॉल्ट्झ नृत्य सुरू झालं, आणि जसजसा एकेक चरण पुरा होत गेला, तसतशी ती आवेगानं अगदी जवळ येऊन सुचवत राहिली...''आणखी, आणखी'' मला तरी आणखी काय हवं होतं? तिची विनंती आज्ञा मानून मी फक्त पुढचं पाऊल टाकीत राहिलो.

रात्रीचे दोन वाजून गेले. सूर हळूहळू मंदावू लागले. वादकांची बोटं पुन:पुन: त्याच त्याच ठिकाणी रेंगाळू लागली. इतका वेळ गप्पांमध्ये, पत्ते खेळण्यात रंगलेली मंडळी उठून भोजनासाठी वरच्या मजल्यावर येऊ लागली. नृत्याची शेवटची काही मिनिटंच उरली होती. मला ही सोन्याची संधी गमवायची नव्हती. वारेन्काला हाताला धरून मी उठवलं. आणि अखेरच्या नृत्यासाठी तिला निमंत्रण दिलं. हात तिच्या हातांत गुंतवून मी विचारलं,

''मग? आता रात्री निरोपाचं 'काद्रिल' नृत्य माझ्याबरोबरच ना?''

''अर्थातच, फक्त मला घरी पाठवलं गेलं नाही तरच.''

''मी बरा जाऊन देईन?''

''जरा पंखा देता?''

''नको वाटतो द्यायला. मला तेवढासुद्धा अडसर नको वाटतो.''

''तुम्हाला त्याचा मत्सर वाटू नये, म्हणून हे घ्या तुम्हाला एक पीस'', असं म्हणून त्या पंख्यातील एक पीस उपटून तिनं माझ्या हातात दिलं.

ते पीस हातात घेतलं, आणि केवळ नजरेनंच मी कृतज्ञता व्यक्त केली. मी केवळ तृप्तच नव्हतो, तर सुखाच्या अत्युच्च शिखरावर विराजमान झालो होतो. माझ्यातील साऱ्या सत्प्रवृत्ती जाग्या झाल्या. प्रेमानं, दयेनं मी इतका ओथंबून गेलो की, माझी मलाच ओळख पटेना!

एवढ्यात वारेन्कानं माझं लक्ष आपल्या वडिलांकडे वेधलं. दुसऱ्या टोकाला त्या अगणित उच्चकुलीन, वैभव विभूषित चंद्रिकांच्या दाटीवाटीत तिचे वडील उठून दिसत होते. सर्वांनीच आग्रह धरला. त्यांनी आणि वारेन्कानं एकत्र नृत्य करावं म्हणून.

वारेन्काचे वडील तिच्याइतकेच नजरेत भरत होते. रुबाब होता अगदी सैन्यातील अधिकाऱ्याला साजेल असाच. पांढऱ्या शुभ्र झुपकेदार मिशा, केस व्यवस्थित मागं वळवलेले आणि चेहऱ्यावर तेच ते मधाळ लाघवी हसू. अगदी वारेन्कासारखंच. कोटावर बिल्ले-पदकांनी गर्दी केली होती. माणूस चांगलाच उमदा आणि भारदस्त वाटत होता.

सुरुवातीला त्यांनी कैक बहाणे केले, आढेवेढे घेतले, पण अखेर, यजमानांच्या प्रेमळ हट्टापुढं मान तुकवून नृत्यासाठी सज्ज झाले. त्यांनाही नृत्यकला चांगलीच अवगत असावी. संथ, लयबद्ध हालचाली करीत, प्रत्येक उपस्थिताचं अभिवादन स्वीकारत मुलीच्या साथीनं त्यांनी एक फेरी पूर्ण केली. मी आश्चर्यानं थक्क होत होतो. डोळ्याचं पातं लवतं तोच उभयता लीलया नव्या पदन्यासानं आमची मनं जिंकून घेत होते. दुसरी फेरी पुरी होताच तिच्या वडिलांनी हे नृत्य मी करावं असं सुचवलं.

हा बहुमान मी कसा अव्हेरू शकत होतो? मी हात पुढं करताच वारेन्का माझ्यासमोर येऊन तयारीनं उभी राहिली. कोंडून ठेवलेल्या प्रवाहाला वाट करून देताच एका थेंबापाठोपाठ असंख्य लहरी हेलकावत धावत याव्यात, त्याप्रमाणं माझ्या मनातील बंदिस्त कल्लोळ मुक्त होत अवखळ कारंज्याप्रमाणे चौफेर धावू लागला. वारेकन्काच्या वडिलांकडं पाहताच कोण आदर दाटून आला! वाटलं, एवढी मोठी उच्चपदस्थ व्यक्ती एवढी स्नेहार्द, प्रेमळ, दयाशील असू शकते?

नृत्यानंतर रंगतदार मेजवानीला सुरुवात झाली. वारेन्काचे वडील जायला निघाले. मला वाटलं, सरलं हे स्वप्न. आता रंगाचा बेरंग होणार. कारण ती निघून गेल्यावर माझ्या अस्तित्वाला अर्थच काय उरत होता? पण ती मागं राहिली. आपल्या आईबरोबर. मेजवानी संपताच निरोपाचं 'काद्रिल' नृत्य मी केलं. साथ अर्थातच वारेन्काची. माझ्या सतत वर्धमान होत राहणाऱ्या सुखालाही ग्लानी येऊ लागली. मला वाटलं होतं, सर्वांत श्रीमंत मी आहे आणि माझ्याइतका सुखी कोणीही नाही. पण सतत एक चिंता खुपत राहिली. या सुखाला कशाची दृष्ट तर लागणार नाही ना? माझ्या वाट्याला काही निराशा तर येणार नाही? भीतीची पाल अशी चुकचुकत राहिली. भेडसावत राहिली.

घरी येताच मी झोपायच्या तयारीला लागलो. मला वाटलं, आपली भीती सर्वथा निरर्थक आहे. स्वर्गीय सुखाच्या राशीवर लोळत असताना मन धास्तावलेलं राहणं, हे तर साहजिकच आहे. माझं लक्ष हातांकडे गेलं. एका हातात तिनं काढून दिलेलं पंख्याचं पीस होतं आणि तिचा हातमोजाही. तो तिनं गाडीत बसताना माझ्याकडं दिला. राहून गेला परत द्यायचा!

दोन-एक तास असेच निघून गेले. मला घरात बसवेना. बाहेर गुलाबी पावलांनी पहाट हलकेच जमिनीवर उतरू लागली. धुकं क्षितिजाला घट्ट कवटाळून बसलं होतं. वारेन्काचं घर शहराच्या दुसऱ्या टोकाला होतं. माझे पाय नकळत त्या दिशेला वळले. तिच्या घराजवळील मैदानापाशी पोचलो. अंधुक संधिप्रकाशातही तिथं खूप गर्दी जमलेली दिसू लागली. साथीला ढोल-ताशे आणि बासरीचे एकत्रित कर्कश्श सूरही या नीरव शांततेचा भंग करीत कानांपर्यंत येऊन आदळत होते. रात्रीचं मादक

संगीत अजूनही मनात चांगलंच ताजं होतं, पण हे मात्र काही बरं वाटत नव्हतं. झपाझप पावलं टाकीत मी पुढं जात राहिलो. काही अंतर चालून गेल्यावर एकसारख्या काळ्या पोषाखातील बरीच माणसं दिसू लागली. बहुधा सैनिक कवायतीसाठी जमले असावेत. काळ्या गणवेषातील सैनिक दोन रांगांत एकमेकांसमोर उभे होते. शस्त्रं पायांकडं वळवून उभी धरली होती. भोवताली नि:शब्द स्मशान शांतता. मी हळूच एकाला विचारलं,

"हा काय प्रकार आहे?"

"एका अपराध्याला पळून जाण्याच्या प्रयत्नासाठी सजा दिली जात आहे." त्यानं रागीट आवाजात उत्तर दिलं.

मीही नजर त्या दिशेला उंचावली. ती कवायत हळूहळू पुढं सरकत येत होती. मी पाहिलं, त्या दोन रांगांमध्ये काही फार भयंकर घडत होतं. मध्यभागी लोंबकळत होता कटिभागापर्यंत विवस्त्र असलेला एक माणूस. त्याला दोन्ही बाजूंनी उभ्या असलेल्या सैनिकांच्या बंदुकींना आडवा बांधून टांगला होता. मध्यभागीच एक माणूस त्याच्या अंगावर चाबकाचे फटकारे ओढत होता. सैनिक अपराध्याला असा पुढं पुढं नेत होते. बरोबरच एक उंचापुरा सैन्यातील अधिकारी चालला होता. संपूर्ण लष्करी इतमामात. का कुणास ठाऊक, मला ती आकृती फार ओळखीची वाटली. कुठं बरं पाहिलं असावं त्यांना? अपराधी गुलाम प्राणांतिक आक्रोश करीत होता. त्या रुदनाचा ज्यांच्यावर तिळमात्रही परिणाम होत नव्हता, असे ते दोन्ही रांगांतील सैनिक त्या बिचाऱ्याला बंदुकीला बांधून कधी पुढं, तर कधी मागं ढोसत होते. त्या सर्वांवर करडी नजर रोखून ती अधिकारी व्यक्ती बरोबरीनं चालली होती. मला ओळख पटली. हो. ते वारेन्‌काचे वडील होते. त्याच गोऱ्या गुलाबी चेहऱ्याचे. पण कालच्या पदन्यासात जे लालित्य होतं,मार्दव होतं, आजची चाल ही अनिर्बंध अधिकाराची होती, गुर्मीची आणि बेफिकीरीचीही!

प्रत्येक फटक्यासरशी तो अपराधी तोंड दुसरीकडं फिरवून आत्यंतिक करुण स्वरांत कळवळून काही म्हणत होता. मी जवळ पोचलो, तसा प्रत्येक शब्द स्पष्ट ऐकू येऊ लागला.

"मायबाप, दया करा,

मायबाप, भीक मागतो, पण मारू नका."..... पण मायबापांपर्यंत ती हाक पोचतच नसावी. आता मी या मिरवणुकीच्या अगदी समोर येऊन पोचलो. तेवढ्यात माझ्यासमोर उभ्या असलेल्या त्या सैनिकानं रांगेतून बाहेर येऊन 'आस्ते कदम'च्या इशाऱ्यासरशी, एक शिटी वाजवली व त्याचबरोबर चाबूकही सरसावला. अपराध्यानं फटका चुकवण्यासाठी बांधलेल्या बंदुकीसकट पुढं झेप घेतली. फटका चुकला तर नाहीच, फक्त नेम चुकला आणि पाठीऐवजी वळ पोटावर उठले.

वारेन्काचे वडील कधी सैनिकांकडे, तर कधी अपराध्याकडे पाहात, तर कधी नुसतीच नजर उंचावून नाक फुगवून चालत होते. त्यांचे गाल आजही लालबुंद होते, पण काल रात्रीच्या नृत्याच्या नशेमुळं नाही तर सत्तेच्या अविचारी कैफामुळं. जसजशी माणसं पुढं जाऊ लागली, तसतसं अधिकाधिक माझं लक्ष त्या अपराध्याच्या उघड्या पाठीकडं जाऊ लागलं. जसं निरखून पाहिलं तशी मला भोवळ आली. ती पाठ कातड्याची वाटू नये, एवढी छिन्नविछिन्न झाली होती. तिथं चाबकाचे वळ दिसण्याऐवजी नुसतेच ओलसर लाल पट्टे दिसत होते.

एवढ्यात मला वारेन्काच्या वडिलांचा आवाज ऐकू आला, "मी तुला दाखवतो. कसे फटके मारायचे ते. दाखवू? दाखवू का तुझ्याच पाठीवर?" असं म्हणून त्यांनी त्या लहान उंचीच्या, भेदरलेल्या सैनिकाच्या कानशिलात लगावली. त्यांच्या मते सैनिक दयेनं फटके 'हळुवार' मारीत होता. आणखी जोर धरायला हवा होता.

"नवीन चाबूक द्यायला सांगा!" असं त्यांनी म्हणत असतानाच त्यांचं लक्ष माझ्याकडे गेलं. त्यांनी ओळख तर दाखवली नाहीच, पण सहस्र आठ्यांचं जाळं त्यांच्या चेहऱ्यावर उमटलं आणि त्यांनी मान फिरवली.

जणू आपलीच काही चोरी पकडली जावी, अशा शरमेनं थिजून जाऊन मी जागच्या जागीच उभा राहिलो. नंतर पावलं आपसुक घराच्या दिशेनं चालू लागली. कानशिलं उकळत्या तेलाप्रमाणे तापली होती. कानामध्ये नाना सुरांचं वादळ सुरू झालं. क्षणात ते नृत्याचं लयबद्ध संगीत, तर क्षणात ढोल-ताशे यांचा कडकडाट. कधी चाबकाच्या फटकाऱ्यांचा झंझावाती खेळ, तर कधी काकुळतीला येऊन केलेली आळवणी - "मायबाप, दया करा!" मी फार, फार अस्वस्थ झालो. मला समजेना, एका माणसाचे किती चेहरे, किती रूपं असू शकतात? आणि त्यातलं कुठलं खरं असू शकतं?

मी घरापर्यंत कसा आलो, समजलंही नाही. घरी येताच अंथरुणात शिरलो. आणि झोपण्याची धडपड करू लागलो. किंचित डोळा लागताच मी पुन्हा दचकून जागा झालो.

मला वाटलं, कदाचित वारेन्काच्या वडिलांना असं काही ठाऊक असू शकेल, की जे माझ्या आकलनापलीकडचं आहे. कदाचित म्हणूनच मला त्यांच्या वागण्याचा उलगडा होत नसावा. पण असं एवढं अगम्य, इतकं अमानुष काय असू शकतं, की जे माझ्यासारख्याला समजू नये? विचार करून करून माझं डोकं शिणलं, पण उत्तर मिळालं नाही ते नाहीच.

तसाच उठलो आणि मित्रांकडे गेलो. घरी परतलो, तेव्हा माझी मलाच शुद्ध नव्हती. कधी नव्हे, इतकं मद्यपान मी केलं होतं.

एवढं बोलून इवान् वासिल्येविच् श्रोत्याकडं वळले आणि म्हणाले;

"तुम्हाला काय वाटतं, ही अशी हृदयद्रावक घटना, केवळ एक भाकडकथा म्हणून मी सोडून दिली की काय? मुळीच नाही. उलट, मी असा विचार केला, की ज्या अर्थी एक माणूस एवढ्या आत्मविश्वासानं दुसऱ्यावर अत्याचार करू शकतो आणि त्याला सभोवतालच्या समाजाची संमती असू शकते, तर नक्कीच अशा विषयात मी अनभिज्ञ होतो. जो पोशाख अंगावर चढवल्यावर दुसऱ्या नागरिकांचं संरक्षण करण्याची जबाबदारी सैन्यातील अधिकाऱ्यानं उचलायची असते, त्याला अशी अमानुषता करण्याचा अधिकार कशामुळं प्राप्त होतो? आणि तो देतो कोण? पण याचं उत्तर मला कोणीच देऊ शकलं नाही. आजतागायत नाही. आणि म्हणूनच आज मी तुमच्यापुढं उभा आहे, तो एक विवेकी नागरीक म्हणून. सैन्यातील पोषाखी अधिकारी म्हणून नव्हे."

"का? त्याचं कारण काय?" न राहवून एका श्रोत्यानं विचारलं.

"कारण असं की, मला माझ्या प्रश्नाचं उत्तर न मिळाल्यामुळं मी सैन्यात दाखल व्हायचं रद्द केलं आणि केवळ सैन्यातच नाही, तर आजवर कोणत्याही चाकरीत मी नाही रमू शकलो. तुम्ही पाहताच आहात."

"इवान् वासिल्येविच्, पण मुख्य विषयाला तुम्ही चांगलीच बगल दिलीत," एका श्रोत्यानं कोपरखळी मारली.

मुख्य विषयाचं असं झालं.... "कधीकधी भेटत राहिलो वारेन्‌काला, कधी उपचार म्हणून, तर कधी सौजन्यादाखल. पण तिचा तो सुंदर चेहरा समोर दिसताच मी निग्रहानं तिच्या वडिलांचा चेहरा आठवायचो. मध्यरात्रीच्या नृत्यसभेतील नाही, तर दुसऱ्या दिवशी सकाळी आपला अधिकार गाजवत राहणारा. आणि मग मला त्या मंत्रमुग्ध करणाऱ्या रात्रीपेक्षा 'त्या' सकाळचे रंग अधिक गहिरे वाटू लागायचे. वाटायचं, स्वप्न रात्रीच पाहायची असतात. पण सकाळ मात्र स्वप्नाळ असू शकत नाही. तिला उघड्या डोळ्यांनीच सामोरं जायचं असतं. म्हणूनच त्या रात्रीच्या स्वप्नरंजनाला मी तिलांजली दिली. दुसऱ्या दिवशी सकाळी.

"म्हणूनच मी म्हटलं, की माणूस परिस्थितीच्या प्रभावाखाली येऊ शकतो, पण आयुष्याची वाट बदलायला एखादी घटनाही पुरे होऊ शकते आणि अवधीही फार नाही लागत. एखादी रात्रही. फार फार तर दुसऱ्या दिवशीची सकाळ.

- कुणाला काही म्हणायचंय यावर?"

***

लागली पैज?

वसीलि शुकुशिन्

मूळ कथालेखक – वसीलि शुकुशिन्

रशियन वाङ्मयातील आघाडीचे साहित्यिक. त्यांची जवळजवळ प्रत्येक कथा वाचकांनी उचलून धरली. आबालवृद्धांत शुकुशिन् सारखेच लोकप्रिय होते. कथा-पटकथा लेखक, दिग्दर्शक, तसेच अभिनेता असे त्यांचे हरहुन्नरी, बहुरंगी व्यक्तिमत्त्व होते. खुसखुशीत, खुमासदार, विनोदी कथांचे लेखक म्हणून वाचकांच्या विशेष आवडीचे. मोजके शब्द, चटकदार भाषा, रंगतदार संवाद-रचना हे त्यांच्या लिखाणाचे विशेष गुण होत. संवादरचनांमध्ये त्यांच्या भाषेचा रांगडेपणा प्रकर्षाने जाणवतो.

'असा एक तरुण मुलगा आहे', 'सुंदर कलिना' या स्वतःच्या कथांवर आधारित चित्रपटांसाठी शुकुशिन् यांनी पटकथा लेखन केले. तसेच अभिनेता म्हणून 'सरोवराकाठी', 'ते मातृभूमीसाठी लढले', या चित्रपटांतील त्यांच्या भूमिका फार उल्लेखनीय ठरल्या.

इतर प्रसिद्ध साहित्य

'खेडेगावातील माणसं', 'गाववाले', 'अपमान', 'आडमुठा', 'मी विश्वास ठेवतो', 'चक्रम' 'माझ्या जावयानं गाडी चोरली', (कथा) आणि इतर.

लागली पैज?

"पोस्टमऽऽऽन. तार घ्या तुमची."

पोस्टमनचा आवाज ऐकताच शूरकाची आजी लगबगीनं उठली. तिला वाटलं, कुणाची बरं तार असेल अशा अवेळी? पण पोस्टमनचा हसरा चेहरा पाहिल्यावर तिची भीती काहीशी कमी झाली.

"उघडू का आजी तार?" पोस्टमननं विचारलं.

"उघड बाबा, उघड. अन् सांग मला, कुणाची खुशाली घेऊन आला आहेस?"

"खाली नाव पावेलचं आहे."

"पावेलचं? आण इकडे. हा माझा मोठा मुलगा. स्वत: मोठा वैमानिक आहे बरं का! बघू काय लिहिलं आहे तारेत-"

"ताबडतोब निघून ये. तुला फार पाहावसं वाटतं. मॉस्कोही पाहशील. विमानानंच ये. तिकिटाचे पैसे पाठवतो. तारीख ठरताच तारेनं कळव. पण येच आई तू. आता मात्र काही निमित्त सांगू नकोस."

– तुझा पावेल.

तार वाचल्यावर आजी बुचकळ्यात पडली. एवढा आग्रह करतो मुलगा, तर नाही कसं म्हणायचं? ओठांचा चंबू करून ती घरात शिरली.

आजीचा दहा वर्षांचा नातू - शूरका टेबलापाशी बसून गृहपाठ लिहीत होता.

"ऐकलंस का रे? तुझ्या मामाची तार आहे. फार आग्रहानं बोलावतो आहे. काय करू म्हणतोस?"

"बोलावतोय ना, मग जा ना! त्यात विचार कसला करायचा?"

"तुला सुट्टी कधीपासून लागते रे?"

"कुठली? हिवाळ्याची?"

"हिवाळ्याचीच. आणखी कुठली? उन्हाळ्याची तर आताच संपली."

"एक जानेवारीपासून. का ग?"

"काही नाही. सहजच विचारलं. तू तुझा अभ्यास चालू ठेव." असं म्हणून तिनं तारेचा कागद आपल्या लांब झग्याच्या खिशात ठेवला अन् दार ढकलून ती बाहेर पडली. शूरकानंही खिडकीकडे धाव घेतली, आजी न सांगता कुठं बाहेर पडली, ते पाहायला.

फाटकापाशीच आजीला शेजारीण भेटली.

"ऐकलंस का, माझा लेक विमानानं बोलावतो आहे. सगळा खर्चही तोच करणार आहे. मी तर अगदी गोंधळून गेले आहे. काय करावं, काही सुचत नाही मला." आजी उत्साहानं सांगू लागली.

बघता बघता आजीच्या भोवती मैत्रिणींचा घोळका जमला. सगळ्यांना समजलं की पावेलची तार आली आहे. आईला विमानानं येण्यास सांगत आहे. आणखी काय हवं? सर्वांनी तिला जाण्याचा सल्ला दिला. आजी साऱ्या मैत्रिणींमध्ये नशीबवान् ठरली. नाही तर आजकालची मुलं! कुठं पर्वा असते त्यांना आईवडिलांची? शूरकाला मोठी गंमत वाटली. त्याला वाटलं, जगातील सर्व आजीबाईंचे आवडते विषय हे असेच असावेत. त्यानं पुस्तकं-वह्या मिटवून दूर सरकवल्या. घरात एवढी नवलाई अवतरली असताना ते गणित आणि ते व्याकरण कुणाला हवं होतं? तोही मागच्या दारानं हळूच निसटला. तसा तो आजीचा फार लाडका होता. पण तिनं त्याला धाकात ठेवला होता. शूरकाला अभ्यासापेक्षा इतर उचापती फार आवडायच्या. स्वभावात चौकसपणा दांडगा. आणि रुसून बसायला तर कोणतंही कारण पुरायचं. संध्याकाळी शूरकाला हाताशी धरून आजीनं तारेचा मजकूर लिहायला घेतला. शूरका आजीकडं पाहू लागला.

"हं, लिही. -

प्रिय पावेल,

तुझी तार मिळाली. मजकूर समजला. तुझा फारच हट्ट असेल, तर येते बापडी. पण तूच विचार कर, या वयात मला विमान प्रवास झेपेल का?...."

"ॲ हॅ रे! अशी तार लिहितात वाटतं?"

"मग कशी लिहितात गुरुजी?"

"येऊ. लवकरच....आई," किंवा

"जानेवारीत येऊ.. आई." बस्स. झाली तार.

आजीला कोण राग आला! तिनं शूरकाचा कान धरला आणि म्हणाली,

"शूरका, तू दर वर्षी नवीन इयत्तेत जात असलास म्हणून काय झालं? फार शहाणा समजतोस की काय स्वत:ला?" आता शूरका फुगून बसला.

"माझं काय बिघडतं? लिही आणखी दोन पानं आणि दे पन्नासची नोट."

"काही नाही लागायचे पन्नास."

"लागतीलच, बघ तू. लागली पैज?"

"लिही पुढं." आजी तारेचा मजकूर सांगू लागली.

"मी खूप विचार केला. चार मैत्रिणींशी सल्लामसलतही केली. सर्वांचा विचार पडला, की..."

शूरकानं पेन बाजूला ठेवलं.

"मला नाही जमायचं, आजी. तू कोणाशी सल्लामसलत केलीस, त्याचं इथं कुणाला काय? तिथं पोस्टमास्तर हसून हसून बेशुद्ध पडेल, आहे माहीत?" शूरका.

"नाही पडायचा बेशुद्ध."

"पडेलच. लागली पैज?"

"तू लिही मुकाट्यानं. मला मुलासाठी एक नोट काही जास्त नाही. आता शेवटचंच सांगते. उगीच वाद घालू नकोस आणि पैजाही नको मारूस. लिही -"

"खरं तर आता या वयात जायचं त्राण नाही उरलं. पण तुला नाही कसं म्हणू? शिवाय नातवंडंही फार पाहावीशी वाटतात...."

"पोस्टमास्तर यातले निम्मेसुद्धा शब्द ठेवणार नाहीत." शूरका म्हणाला.

"त्याला हिंमतच कशी होईल?"

"होईल. लागली पैज? तो काय तुझी परवानगी मागणार आहे?"

"लिही रे पुढे -"

"खरं तर मला आता विमानाचा फार बाऊ वाटतो. पण नाही आले, तर तुला वाईट वाटेल. येऊ आम्ही जानेवारीत. शूरका अन् मी. तो आता मोठा झालाय. कधीकधी शहाण्यासारखाही वागतो. (हे वाक्य शूरकानं हिकमतीनं गाळलं) त्याच्याबरोबर मला एवढी भीती नाही वाटायची. नातवंडं कशी आहेत? सूनबाईला अन् त्यांना माझी आठवण सांग - आई."

"आता मी शब्द मोजायला घेतो -" शूरकाच्या चेहऱ्यावर कोण आनंद झळकला! आजीबाईंनी पुन्हा ओठांचा चंबू केला आणि शूरका काय सांगतो, ते ऐकू लागल्या.

"अट्ठावन्न, एकोणसाठ, साठ? बाप रे! आता साठ गुणिले तीस. एक हजार आठशे. शंभरनं भागलं, की राहिले अठरा... म्हणजे एकूण तीस रुबल्सपेक्षा जास्त?"

आजीनं मजकुराचा कागद घेतला अन् खिशात सरकावला.

"फार हुशार रे तू गणितात! कसे मोजलेस, तुलाच ठाऊक. आता मीच जाते पोस्टात."

"जरूर जा अन् तूच विचार. कदाचित् जास्तच घेतील."

"नाही घेणार."

"आणि घेतले तर? लागली पैज?"

"घेऊ देत. तू तुझा अभ्यास कर मुकाट्यानं. मोठा आलाय शहाणा पैजा लावणारा -" असं म्हणून आजी घराबाहेर पडली.

दुपारी अकरा वाजता त्यांचा शेजारी इगोर भेटायला आला. आजीनं तसा निरोप त्याच्या घरी ठेवला होता. कामानिमित्त त्यानं विमान प्रवासही बराच केला होता.

"काय आजी?....विमानानं जाणार, असं ऐकलं!"

"आता काय करायचं बाबा? जायलाच हवं. पण आम्ही विमान फक्त चित्रातच पाहिलेलं. तू जर सांगशील तर तेवढंच माहीत होईल." असं म्हणून आजीनं

कपाटात खोल ठेवून दिलेली बिअरची बाटली काढली, अन् भरलेला ग्लास इगोरला देऊ केला.

"त्यात काय विशेष सांगायचं? शहरापर्यंत जालच. तिथून रेल्वेनं पाचच गावं. उतरला, की विचारा विमानतळावर कसं जायचं म्हणून. तिथं गेलात की तिकिटं काढा अन् तुमचं विमान कुठलं ते विचारा. कोणीही सांगेल."

"कोणीही सांगेल, हे मलाही माहीत आहे. मग तुला कशाला बोलावलं असतं?"

"ठीक तर. आधी तुम्ही जायचं नोवसिबिर्स्कपर्यंत. तिथून पुढं तलमाचोवला कसं जायचं, ते विचारा. शूरका, तू लक्षात ठेव."

"शूरका, तू वहीत लिहून घे रे सगळं." आजीनं आदेश दिला. शूरकानं वहीतलं पान टरकावलं आणि एकापाठोपाठ एक मुद्दे लिहून घेऊ लागला. "स्टेशनवर उतरल्यावर विमानाची तिकिटं कुठ मिळतील विचारा. नंतर विमानाची तारीख, वेळ तपासून घ्या. त्याचा नंबरही. बस्स. नंतर पाच तासांत तुम्ही आपल्या अतिसुंदर राजधानीत, मॉस्कोत पाऊल ठेवाल."

आजी इतका वेळ निःस्तब्धपणे बसली होती. नजर शून्यात. काळजानं जणू कधीच ठाव सोडला होता. कारण जसजशी इगोरच्या माहितीतून भीती, अनिश्चितता व्यक्त होत होती, तसतसा त्यातील शब्द न् शब्द मोठं अजस्रपण धारण करून तिच्याभोवती फेर धरून नाचू लागले. एवढ्यात इगोरला काही आठवलं अन् तो म्हणाला, "बरं आठवलं. मध्ये स्विर्दलोव्स्कला विमान बदलावं लागतं."

"ते आणि कशाला?"

"ते का आणि कशाला आपल्याला विचारत नाहीत अन् सांगतही नाहीत." त्याला वाटलं, प्रश्नांचा भडिमार संपला असेल, तर आता मनसोक्त बिअर प्यायला काही हरकत नाही.

"ते आम्ही कुठं आणि कुणाला विचारायचं? की ते सगळ्यांनाच बदलावं लागतं?"

"सगळ्यांनाच. पण नोवसिबिर्स्कला पोचल्यावर मात्र वेंधळेपणा करू नका, म्हणजे झालं."

"ते कसं?"

"नाही, मी आपलं सहजच म्हटलं. कोणत्या खिडकीपाशी जायचं आणि कुठलं तिकिट मागायचं, ते चांगलं ध्यानात राहू द्या. नाही तर जाल दोघं उलट्या दिशेला."

आजीच्या तोंडचं पाणी पळालं. पण तरी तिची उत्सुकता मात्र कायम होती. इगोरनं आणखी काही सांगावं, म्हणून तिनं त्याला आणखी एक ग्लास भरून दिला.

आजीच्या चेहऱ्यावरचा प्रश्न कायम पाहून त्यानं पुढं सांगायला सुरुवात केली.

"म्हणजे त्याचं असं आहे आजी, की,

"माणूस भांबावून फक्त तिकिट मागतो आणि कुठं जायचं ते मात्र सांगायला विसरतो. म्हणून म्हणतो, धांदरटपणा करू नका. आणि एकदा आत शिरलात, की हातात लगेच चॉकलेट ठेवतील."

"अगबाई, चॉकलेट?"

"अर्थात. लक्ष ठेवा त्याकडे. त्यानंतर कमरेभोवती पट्टे आवळायला सांगतील. ते खुर्चीलाच बांधलेले असतात."

"पट्टे?"

"ते बांधायचे असतात. नाही तर विमान उलटं झालं तर काय? स्वर्गाची दारं उघडलीच म्हणून समजा."

"जळलं लक्षण मेल्यांचं! आणि जाहिरात ती केवढी गोंडस करतात?"

"त्याची तयारी हवी आजी. शिकारीला जायचं म्हणजे लांडगे कोल्ह्यांना घाबरून कसं चालेल? तुम्हाला एक गंमत सांगतो, मीही पहिल्यांदाच विमानानं चाललो होतो. बसल्याबरोबर माझं लक्ष लगेच खिडकीबाहेर गेलं. बघतो तर काय? आगीचा हा एवढा लोळ उठताना दिसला. (त्यानं पाहिलं, आजीनं भिंतीवरची खिस्ताची तसबीर उचलून छातीशी घट्ट धरली होती.) थोड्या वेळानं नुसत्या ठिणग्याच ठिणग्या. डोळ्यापुढं अंधेरी आली. कदाचित मी किंचाळलो असेन, कारण लगेच एक वैमानिक धावत आला पण काही धीर देण्याऐवजी मला त्याने शिवीगाळ केली, कारण नसताना आरडाओरडा केल्याबद्दल. मुकाट्यानं बैस म्हणाला जागेवर आणि भीती वाटते, तर डोळे मिटून घे. हा असा असतो विमानप्रवास."

छोटा शूरका हे सगळं ऐकत होता. त्याच्या बालबुद्धीलाही हे पटत होतं, की इगोर मुद्दाम विमानाचा बागुलबुवा आजीसमोर उभा करीत आहे, म्हणून.

"चला, मी निघतो. घाबरू नका. इतकी माणसं विमान प्रवास करतात, आपणही त्यातलेच" असं म्हणून तो उठला. आजीनं तोंड वाकडं केलं. तिला वाटलं, इगोरचं लक्ष आपल्याला काही सांगण्यापेक्षा बिअर संपवण्याकडंच जास्त होतं.

आजी कॉटवर चढून बसली. खिडकीकडे सरकून तिने गज हातात धरले व ती बाहेर पाहू लागली.

"शूरका, मला भीती वाटते रे."

"वेडीच आहेस. भितेस कशाला? मी आहे ना...."

"शूरका, आपण आगगाडीनं गेलो तर?"

"छान. म्हणजे माझी सगळी सुट्टी प्रवासातच."

"परमेश्वरा! केवढं संकट धाडलंस म्हातारीला? शूरका चल पत्र लिहू पावेलला."

"म्हणजे? आपण नाही जायचं?"

"नकोच. कशाला मुद्दाम विषाची परीक्षा पाहायची?"

शूरकाही विचारात पडला.

आजीनं पत्र लिहिण्यासाठी पुन्हा कागद घेतला. शूरका लिहू लागला.

"प्रिय पावेल,

रागावू नकोस, पण विमानानं यायला मी काही धजत नाही. कुणास माहीत, कदाचित मी तुझ्यापर्यंत पोचायचीदेखील नाही. उगीच जिवाशी खेळ काय कामाचा? आम्ही दोघं नक्की येऊ, पण उन्हाळ्यात. आताही आलो असतो, पण शूरकाला तेवढी सुट्टी नाही." (तेवढ्यात आजीची तंद्री लागलेली पाहून शूरकानं पुढं लिहायला सुरुवात केली.)

"प्रिय पावेलमामा,

आता थोडं मी लिहू का? आजी चांगली तयार झाली होती, पण आपल्या शेजारी तो इगोर राहतो ना, त्यानं तिला खूप भीती दाखवली विमानाची. तू आजीला पत्र लिहिशील का? लिहीच. अन् समजूतही घाल. पण मी हे लिहिलंय, म्हणून मात्र सांगू नकोस. नाही तर उन्हाळ्यातही काहीतरी निमित्त सांगेल. पण मामा, किती झालं तरी आपण खेड्यातली माणसं. विमान कधी जवळून पाहायलासुद्धा नाही मिळायचं. आणि मॉस्को पाहायला तर केवढी पुण्याई हवी माणसाची! मला कोण चुटपुट लागली आहे! शाळेच्या पुस्तकात मॉस्कोविषयी आम्ही किती वाचतो, एरव्ही किती ऐकतो. कधी एकदा पाहीन असं झालंय बघ. तू मात्र आजीला नक्की लिही. आणि थोडासा रागवही. ती तुझं नक्की ऐकेल. तिचा तुझ्यावर किती जीव आहे म्हणून सांगू!

(मामा, दुसरीही एक अडचण आहे रे. मॉस्कोला जाणारच, म्हणून शाळेत मी मित्रांशी कमीत कमी दहा तरी पैजा मारल्या आहेत. आता तूच मला वाचव.) - तुझा शूरका.

एवढ्यात आजी जागी झाली अन् पुढं सांगू लागली - "उन्हाळ्यात आम्ही येऊच. त्या वेळेस तुझ्यासाठी बागेतली ताजी भाजी खुडून आणीन. जमलं तर तुला आवडणारा मुरंबाही. सूनबाईला अन् मुलांना माझी आठवण सांग. काळजी घ्या आपली." –आई.

रात्री अंथरुणावर पडल्या-पडल्या शूरका विचार करत होता. अर्थात विमानाशिवाय दुसरं काही सुचतही नव्हतं. आजी उशापाशी येऊन बसली.

"शूरका, झोपलास का रे?"

"उं हूं. आजी. तुला एक सांगू?"

"सांग ना."

"तू एरव्ही एवढी धीट असतेस अन् विमानाचं नाव काढल्यावर एकदम अशी भित्री भागुबाई...?"

"मला भागुबाई म्हणतोस? आणि तू फार शूर आहेस वाटतं?"

"आहेच मुळी."

"आहे माहीत, इथून त्या खोलीत जायला सांगितलं, तर कपडे ओले होतात, ते कुणाचे?"

"नाही होत. लागली पैज?"

आजीला हसू फुटलं. मऊ ऊबदार दुलई तिनं शूरकाच्या अंगावर सरकवली. शूरकाला आता भीती वाटत नव्हती. आता फक्त एकच ध्यास. विमानात बसायचं अन् मॉस्कोला जायचं. पापण्या हलके हलके मिटू लागल्या. बघता बघता त्याच्या विमानानं झेप घेतली. उंच. खूप उंच. विमान स्वतः मामा चालवत होता. प्रवासी फक्त दोनच. शूरका आणि त्याची आजी. इतक्या उंचीवरूनही त्याचे शाळामित्र आऽऽ वासून खाली उभे असलेले त्याला दिसू लागले.

शूरकानं आजीच्या खांद्यावर मान टेकली. अन् म्हणाला,

"आजी, मी पैज जिंकली. दहाही जिंकल्या."

"कसली जिंकलीस अन् कसलं काय! वेडोबा कुठला!"

"जिंकलीच मुळी. लागली पैज?"

***

खोटारडे कुठले!

अनातोलि अलेक्सीन

मूळ कथालेखक - अनातोलि अलेक्सीन

सुप्रसिद्ध सोविएत रशियन लेखक म्हणून कथाप्रिय वाचकवर्गामध्ये 'खास बैठक' असलेले साहित्यिक. यांची प्रथम कथा इ.स. १९४५मध्ये प्रसिद्ध झाली. विशेषतः लहान मुले व तरुण मनाचे विषय हाताळण्याकडे त्यांचा कल आहे. त्याचप्रमाणे 'आजी-आजोबां'च्या वयोगटामध्येही 'वाचकाचे मन जाणणारे' कथालेखक म्हणून अलेक्सीन यांची आजही ख्याती आहे. बहुतेक कथांमध्ये नीतिमत्ता, सचोटी आणि चांगुलपणा यांची सरशी झालेली दिसते. या गुणांची जाण जेवढी मोठ्या माणसांत असते, तेवढीच ती लहान मुलांमध्येही असते हे पटवून देण्याची लेखकाची धडपड वाचकाला ठळकपणाने जाणवते. लहान मुलांच्या 'चष्म्यातून' मोठी माणसे कशी दिसतात? ही प्रतिमा नेहमीच खरी व सुलटी असते, की कधीकधी खोटी आणि भ्रामकही असू शकते? असा प्रश्न प्रस्तुत कथा वाचताना वाचकाला जरूर अस्वस्थ करतो.

इतर प्रसिद्ध साहित्य (कथा) :

'पाचव्या रांगेतील तिसरा', 'फोन करून केव्हाही या', 'अभिनेत्री', 'उशिरा झालेलं मूल', इतर.

खोटारडे कुठले!

गेन्का हा आठ वर्षांचा मुलगा होता. चित्रपट पाहणं हा गेन्काचा आवडता उद्योग. जेव्हा आणि जशी संधी मिळेल, तेव्हा तेव्हा तो चित्रपट पाहण्यासाठी धाव घेत असे. विशेषत: 'प्रौढांसाठी' असलेले चित्रपट त्याला आवडत असत. कारण जे जे लहान मुलांनी करायचं नाही, पाहायचं नाही, वाचायचं नाही, असं त्याला बजावून सांगितलेलं असे, नेमकी तेवढीच बंधनं त्याला झुगारून द्यावीशी वाटत असत.

कधीकधी रेडिओवर 'शिशुसंगोपन' या विषयावर पालकांसाठी भाषणं ऐकवली जात आणि त्याचबरोबर पालकांसाठी उपदेशांचे डोसही दिले जात. उदा. 'मुलांचं वाचन जितकं वाढू द्यालं, तितकी त्यांची शिकण्याची आवड वाढत राहील', किंवा 'मुलाला पालकांविषयी आदर जरूर वाटला पाहिजे, पण भीती नाही. कारण त्यामुळे त्याची वाढ खुंटण्याची शक्यता असते,' इ.इ.

गेन्काला वाटलं, आपले पालक अशी महत्त्वाची भाषणं ऐकत नाहीत. विशेषत: पपा. कारण त्यांचं आणि गेन्काचं पुस्तकांच्या निवडीविषयी कधीच एकमत नसायचं. शिवाय, त्यांचं वागणंही असं असायचं की ज्यामुळे गेन्काच्या मनात त्यांच्याविषयी आदरापेक्षा भीतीच जास्त असायची. पपांना गेन्काची टर उडवायला फार आवडायचं – अनेकदा पाहुणे किंवा आपल्या सहकाऱ्यांच्या देखतही.

रात्रीचं जेवण म्हणजे तर निव्वळ शिक्षा. कारण पपा अगदी समोरच बसलेले असायचे. जेवतानाही गेन्काला सतत काही ना काही कानपिचक्या द्यायला पपा विसरायचे नाहीत.

"आज तू गृहपाठात पुन: निसर्गाचं वर्णन लिहायचं टाळलं आहेस."- पपा दटावायचे.

"पण मी टाळलं कुठे? फक्त थोडक्यात लिहिलं आहे." गेन्का पुटपुटत उत्तर द्यायचा.

"खोटं बोलू नकोस अजिबात. मला कुणी खोटं बोललेलं आवडत नाही. आता सांग पाहू...पहिल्या बर्फाच्या वासाची तुलना लेखकानं कोणत्या वासाशी केली आहे?" असं बोलून पपांनी जरा आक्रमक पवित्रा घेतला.

गेन्काची खुर्चीवर बसल्या बसल्या चुळबुळ सुरू झाली. त्याला वाटलं, लगेच उठून बाहेर जावं, आणि ताज्या बर्फाचा वास घेऊन यावं. पण पपांनी त्याला काही बाहेर जाऊ दिलं नाही. तोपर्यंत त्यांनी "लवकर बोल", "लवकर सांग"चा ठेका धरला होता. शेवटी त्यांनीच उत्तर सांगितलं :

"लेखकानं पहिल्या बर्फाच्या वासाची तुलना कलिंगडाच्या वासाशी केली

आहे, समजलं? जा, वही घेऊन ये.''

गेन्का धावत वही आणायला गेला. जेवण तसंच राहून गेलं. भूकही उरली नाही.

कधीकधी अशा वाद-विवादात ममीनं भाग घेतला, तर पपा त्वरित तिची बाजू घेऊन वाद संपवत असत. गेन्काला वाटायचं, पुरुषांनी स्त्रीदाक्षिण्य फक्त बसमध्ये उभ्या असलेल्या स्त्रियांच्याच बाबतीत दाखवायचं असतं. पण त्याला समजायचं नाही, की पपा इतक्या घाईनं त्वरित ममीला झुकतं माप का देत असावेत? आणि तेही घरातल्या घरात?

ममी घरातच राहून टायपिंगचं काम करीत असे. तिनं घराबाहेर जाऊन नोकरी करणं पपांना जराही पसंत नसायचं. म्हणून ती घरातच राही. सकाळी ती आम्हां सर्वांच्या आधी उठायची. प्रत्येकाच्या आवडीनुसार खाण्याचे पदार्थ तयार करायची. रोज कामावर जाण्यापूर्वी पपा तिच्या कपाळाचं हलकंसं चुंबन घ्यायचे आणि रोज नेमानं तेच तेच बोलायचे :

''येतो हं मुली. संध्याकाळी मला कदाचित यायला उशीर होईल. काळजी करू नकोस हं!''

पण रोजच्या रोज पपा ममीला उद्देशून 'मुली' हा शब्द का उच्चारत असावेत? बांध्यानं तर ती लहान चणीची वाटायचीच नाही आणि वयानंही नाही. पण हे शब्द ऐकल्यावर मात्र दररोज नेमानं ती लाजेनं चूर-चूर होऊन जायची. कधी कधी गेन्काला वाटायचं, कदाचित रोजच्या रोज 'मुली' हा शब्द ऐकण्यासाठी तर ममी इतक्या लवकर उठत नसेल? का बरं तिला हा शब्द एवढा आवडत असावा? पपांना आपल्या धिप्पाड शरीरयष्टीसमोर कदाचित ती लहान वाटत असावी. म्हणूनच ते तिला 'मुली' म्हणून हाक मारत असावेत. पण आपल्याला मात्र पपांनी प्रेमानं अशी हाक मारलेली त्याला आठवत नव्हती. नेहमीच त्या उग्र, करारी आवाजात ''चल गेनाजी, शाळेत चल,'' अशा त्याच्या संपूर्ण नावानंच त्याला बोलवीत असत.

सकाळी दोघं एकदमच घराबाहेर पडायचे. शाळेत जाणारे बरेच वर्गमित्र त्याला वाटेत भेटायचे. मित्रांसमोर मात्र गेन्काला आपल्या वडीलांचा फार अभिमान वाटायचा. त्याला वाटायचं आपल्या वडिलांची धिप्पाड शरीरयष्टी पाहून आपल्या मित्रांना नक्कीच हेवा वाटत असेल. शिवाय, त्यांनीच या मुलांना बर्फाचे किल्ले, कागदी गाड्या तयार करायला शिकवलं होतं. गेन्काचे पपा इंजिनीयर होते. स्वत: तयार करीत असलेल्या गाड्यांच्या नवीन मॉडेल्सविषयी ते बोलू लागले, की माणसं कशी तल्लीन होऊन ऐकत असत.

संध्याकाळी पपांच्या येण्याची वेळ झाली, की पुन्हा गेन्काच्या छातीत धडधड

सुरू व्हायची. जिन्यावर त्यांची पावलं वाजलेली गेन्‌काला समजायची. अगदी अधीरतेनं ते दारावरची बेल वाजवायचे आणि ममी धावतच दार उघडायला जायची. गेन्‌काला वाटायचं, असंच उठावं आणि पळत जाऊन दार उघडावं. पण ममीला रोज दार उघडायला आवडत असावं. पपांचं ते ठराविक वाक्य ऐकण्यासाठी ती अधीर होत असावी.

"कशी आहेस मुली? दमली तर नाहीस ना?"

सकाळी ऐकलेल्या 'मुली' शब्दापेक्षा संध्याकाळी याच शब्दात अधिक माया, अधिक प्रेम भरलेलं असायचं. कदाचित दिवसभर ममी दृष्टीस न पडल्यामुळे तिला भेटायला पपा एवढे अधीर होत असावेत. एरव्ही पुरुषांनी असे मुळुमुळू, मऊमऊ शब्द बोललेलं गेन्‌काला अजिबात आवडायचं नाही.

खोलीत शिरताच पपांची नजर गेन्‌काकडे जायची. तो पुस्तकात डोकं खुपसून बसलेला असायचा. पपा उग्र स्वरात विचारायचे :

"आजचा गृहपाठ काय आहे? वही काढून ठेव, मी आलोच."

पपांच्या आवाजाला एक करडी धार चढलेली असायची. त्याच्या गृहपाठाकडे लक्ष देत असतानाच, कधीकधी त्याचा चित्रपट पाहण्याचा छंद त्यांच्या टीकेचा विषय बनत असे. गेन्‌का अर्थात आपण एखादा चित्रपट पाहिला वा ना पाहिल्याचा पत्ताही त्यांना लागू देत नसे. कारण हा छुपा उद्योग दुपारच्या वेळेत चालत असे. संध्याकाळच्या खेळाला जायची त्याला सक्त मनाई होती, कारण पपा कामावरून घरी परत यायच्या आत गृहपाठ पूर्ण व्हायलाच पाहिजे, असा दंडक असायचा.

थोडेफार पैसे गेन्‌काला ममीकडून मिळत असत. शाळेत मिळणाऱ्या नाश्त्यासाठी आणि बसच्या प्रवासासाठी. चित्रपटासाठी पैसे वाचवायचे म्हणून गेन्‌का एक दिवसाआड नाश्ता घेत असे आणि बसचा प्रवास रोजच्या रोज बिनतिकिटाचा असायचा.

संध्याकाळी जेवताना संभाषणाची सुरुवात नेहमी पपाच करत असत. चित्रपटांचा विषय निघताच गेन्‌काची नजर कधी खिडकीबाहेर धाव घेत असे, तर कधी भिंतीवरील कॅलेंडर्सवर. चुकून वडिलांशी नजरानजर झालीच तर गेन्‌काला घाम फुटायचा. त्याला वाटायचं, पपांची नजरच सांगत आहे : "मला माहीत आहे. तू हाही चित्रपट पाहिला आहेस. कशाला सोंग करतोस?"

एकदा गावात एक जुनाच पण जगप्रसिद्ध सिनेमा लागल्याची बातमी गेन्‌काला लागली. रात्री जेवताना पपांनी या बातमीला दुजोरा दिला. मम्मी म्हणाली, "जाऊया का आपण तिघं मिळून? उद्या गेन्‌काचा वाढदिवस आहे. गेन्‌का तिकिटंही काढून आणील." (गेन्‌काचा एक समवयस्क पण लंबू मित्र होता. त्याच्या उंचीमुळे तो कोणत्याही खेळाची तिकिटं विनासायास मिळवू शकत असे.)

पपांनी गेन्काची तंद्री चाळवली, "आलो असतो ग मुली! पण आज संध्याकाळी गाडीच्या एका नवीन मॉडेलविषयी ऑफिस सुटल्यावर बोलायला हवं. दिवसभर काही वेळ नसतो." पण त्याला वाटलं, बरंच झालं. सुंठेवाचून खोकला गेला. कारण आज संध्याकाळी गेन्काचा आणि त्याच्या मित्रांचा तो जगप्रसिद्ध चित्रपट पाहण्याचा बेत होता. पपांना संध्याकाळी ऑफिसमध्ये थांबायचं आहे म्हणजे आज कधी नव्हे ते संध्याकाळच्या खेळालाही जाता येईल.

संध्याकाळी सारा बालचमू थिएटरपाशी गोळा झाला. पण गर्दी इतकी होती की, गेन्काच्या लंबू मित्रालाही तिकिटं मिळवणं शक्य झालं नाही. तेवढ्यात "हाऊस फुल्ल"ची पाटी झळकली. गेन्काचा चेहरा उतरला. आजची एवढी नामी संधी हुकल्यामुळे सारी मुलं थिएटरच्या बाहेर कोपऱ्यावर थांबली. अजूनही आशा होती की, कोणीतरी आपले तिकिट रद्द करील. एक जरी तिकिट मिळालं तरी गेन्का ही संधी गमावणार नव्हता.

दुसरा खेळ संपला. माणसे हळूहळू बाहेर येऊ लागली. ऐन थंडीचे दिवस होते. चालता-चालता माणसं लगबगीनं गरम कोट, स्कार्फस्, टोप्या चढवीत होती. एवढ्यात गेन्काला अगदी ओळखीचा आवाज ऐकू आला, "शाल घे मुली, थंडी कोण पडली आहे!"

गर्रकन गेन्काची नजर मागे वळली. पपा? हो, पपांच. एका लहान उंचीच्या बाईच्या खांद्यावर शाल घालीत होते. पटकन कुठंतरी लपावं असं गेन्काला वाटलं. कारण संध्याकाळच्या खेळांना जायची त्याला सक्त बंदी होती. त्यानं फिरून नजर वळवली. पपांची आणि त्याची नजरानजर झाली. गेन्कानं पाहिलं आज पपांची बोबडी वळली आहे. एरव्ही पपांच्या हालचाली एवढ्या संथ असायच्या पण आता मात्र लगबगीनं त्यांनी त्या बाईच्या हातातून आपला हात विजेचा झटका बसावा तसा काढून घेतला व कुठंतरी लपून उभं राहण्यासाठी त्यांची नजर अंधुक प्रकाशात इकडं-तिकडं धावू लागली. ते एका खांबाच्या दिशेनं धावत गेले. पण पपांची एवढी उंचीपुरी शरीरयष्टी काही लपून राहू शकली नाही. इथे गेन्काने त्यांना मदत केली. त्यानं त्या ठिकाणाहून धाव घेतली; मित्रांच्या काही लक्षात येण्यापूर्वीच. धावता-धावता धाप लागून गेन्का थांबला. त्याच्या कानात शब्द घुमत होते, "शाल घे मुली, थंडी कोण पडली आहे!" ती बाई उंचीला एकदम लहान असल्यामुळेच पपा तिला 'मुली' म्हणत असावेत. पण मग ममीला, माझ्या ममीला उद्देशून हाच शब्द का उच्चारीत असावेत? पण पपांची तर आज नवीन गाडीच्या मॉडेलविषयी मीटिंग होती. म्हणजे ते पण खोटं बोलत होते? इतके दिवस? की अशी कोणती गाडी अस्तित्वातच नाही? खोटारडे कुठले! पण मग खरं ते काय? पुस्तकाविषयी ती चर्चा? मला सतत मिळणाऱ्या कानपिचक्या? पपांचे ते उपदेश? खोटं न बोलण्याविषयीची

ती ताकीद? की हेही सारं खोटं? खोटंच, खोटारडे कुठले! ममीशी पण खोटं बोलतात?

एव्हाना गेन्का घरापर्यंत येऊन पोचला. घराचे जिने चढत असता वाचनालयातील "गाढवा, सांभाळून. फाडशील!" म्हणणाऱ्या बाईंनी गेन्काला हाक मारली. "गेन्का, तुझ्या पपांनी सांगितलेली पुस्तकं काढून ठेवलीत. घेऊन जा." गेन्कानं दुर्लक्ष केलं. आता त्याला पपांचे सल्ले, उपदेश नको होते.

घरी आल्यावर हातपाय धुऊन गेन्का लगेच अंथरुणाच शिरला. ममीला समजेना. "खाऊन घे, गेन्का. खेळून दमला असशील." ममी म्हणाली. "नको, ममी मला भूक नाही" गेन्कानं दमलेल्या आवाजात उत्तर दिलं.

"तुझं अंग इतकं गरम कसं? तुला बरं नाही का?" ममी गेन्काच्या जवळ आली.

"नाही ग, ममी, मी फक्त दमलो आहे, फार फार दमलो आहे." कधी नव्हे इतक्या प्रेमळ सुरात गेन्का उत्तरला.

"गेन्का, तुझ्यासाठी पपांनी वाढदिवसासाठी काही गंमत घेऊन ठेवली आहे. पपा आल्यावर ती पाहा आणि मग झोप." ममी म्हणाली.

गेन्कानं काही न बोलता डोक्यावर गच्च पांघरूण ओढून घेतलं. आज त्याला पपांचे ते प्रेमळ शब्द ऐकायचे नव्हते आणि ऐकून खूष झालेली ममीही पाहायची नव्हती. गेन्काला रडू कोसळलं. खूप वेळ तो हुंदके देत राहिला. एवढ्यात दारावरची बेल वाजली. गेन्कानं पांघरूण फेकून दिलं. "थांब ममी, ममी थांब, आज दार मी उघडणार." ममी पाहातच राहिली. गेन्का दरवाज्याकडे धावला...

***

आम्हांला क्षमा करा...

यूरी बोंदरेव

मूळ कथालेखक - यूरी बोंदरेव

शालेय जीवनापासूनच लिखाणाला सुरुवात. मनुष्यस्वभावाचे गहिरे रंग लेखकाला विशेषत्वाने आकर्षित करतात. युद्धकालीन जीवन, आधुनिक समाजजीवनातील प्रश्नचिन्हे व त्यांची उत्तरे असे अनेक विषय यूरी बोंदरेव यांनी आपल्या कथांमधून हाताळलेले आहेत. माणसाची विवेकबुद्धी फार सामर्थ्यवान असू शकते. प्रसंगी ती जागी झाल्यावर माणूस किती अस्वस्थ होऊ शकतो आणि अपराधाची जाणीव त्याला कशी व्यथित करू शकते हे लेखकाने अनेक कथांच्या माध्यमाद्वारे दाखवून दिले आहे.

हरवलेलं बालपण, शाळेतील मित्र-मैत्रिणी, आदरणीय शिक्षक-शिक्षिका, असे संवेदनाक्षम विषयही त्यांच्या लिखाणाचे ठळक पैलू होत.

इतर प्रसिद्ध साहित्य

'किनारा', 'निवड', 'खेळी' (कादंबऱ्या);
'निमिषार्ध आणि निर्मिती', 'घराचा सौदा', इ. (कथा, निबंध, कविता)

आम्हांला क्षमा करा...

सुट्टी संपवून पावेल घरी परत निघाला. आगगाडीच्या प्रवासात सारं अंग कसं शिणून गेलं होतं. दुसऱ्या गाडीला अजून उशीर असल्यानं फलाटावर थांबून वाट पाहणं भाग होतं. त्यानं बॅग जमिनीवर आडवी ठेवून त्यावर बैठक मारली. आता कसं हायसं वाटलं. व्यवसायानं पावेल इंजिनीयर होता. कष्टाळू, हुशार आणि नशिबवानही. फार लहान वयात त्यानं यशाची चव अन् धुंदी अनुभवली होती. विमानासारख्या अवघड आणि रुक्ष विषयांवरील त्याची पुस्तकं प्रसिद्ध आणि लोकप्रियही झाली होती.

या वर्षी पावेल खूप वर्षांनी क्रिमियाच्या परिसरात विश्रांतीसाठी आला होता. हा परिसर त्याला तसा नवीन नव्हता. जवळच्याच एका गावात त्याचं लहानपण गेलं. शाळा, वर्गमित्र आणि मैत्रिणी... शाळेची आठवण झाल्याबरोबर अंगावर मोरपिसं फिरल्यासारखं त्याला वाटू लागलं. किती वर्षे झाली असावीत, चाळीस... पंचेचाळीस? पस्तीस तरी नक्कीच. एक क्षणभर मनात विचार आला. यावं का एक चक्कर मारून? पावेल निघाला. वेरा नक्कीच भेटेल. व्हिक्टर...? कठीण आहे भेटणं. तो शाळेतदेखील एका बाकावर दोन दिवसांपेक्षा अधिक काही बसू शकला नाही. सेरगेई...? कदाचित, असेलही गावात. कोणी एक जण जरी भेटला तरी पुरेसं आहे. त्यावरून बाकीच्या वर्गमित्रांचा ठावठिकाणा लागेल. कुठेतरी कॅफेमध्ये बसून कॉफी घेऊ. सकाळचे नऊच तर वाजताहेत. शिवाय रविवार आहे आणि एका बॅगेखेरीज जास्त सामानही नाही.

ओळखीचा रस्ता दिसू लागला. त्या जुन्या दुकानांच्या पाट्या... कोणीतरी शेकोटीजवळ चहासाठी समवार पेटवून बसले होते. हे सगळे ओळखीचे वाटणारे चेहरे, बागेतील फुलांचा ओळखीचा वास, कोणी अनोळखी आजीबाईंनी टाकलेला एखादा प्रेमळ कटाक्ष... पावेल फार सुखावला. तो पुढे गावात शिरला. इथे मात्र सर्व बदललेले त्याला जाणवू लागले. घरे नवीन पद्धतीची, दुकानांच्या चकचकीत शोकेसेस. उन्हाने काळवंडलेल्या चेहऱ्यांचे पांढऱ्या जाकिटातील पोलीस – हे काही तेव्हा नव्हते. घामाने, उन्हाने बेजार झालेले लोक बसच्या थांब्यावर उभे होते. मॉस्कोप्रमाणे इथेही शीतपेयांचे, आईस्क्रीमचे स्टॉल्स रस्त्यावर उघडलेले त्याला दिसले. पूर्वी हे रस्ते किती एकाकी वाटत होते. नाही म्हणायला फक्त कुत्री जीभ बाहेर काढून गारव्याला विसावलेली असत.

हा कोपरा. हे कुंपण... इथे त्याचं जुनं घर होतं. पण त्याच्या सर्व खुणा पुसलेल्या होत्या. या नवीन घराला, नवीन कुंपणाला पावेलचं लहानपण माहीत नव्हतं आणि तो खांब...? त्या खांबाला टेकून घेतलेलं वेराचं ते अधीर, पहिलं

चुंबन... लगेच वेराने त्या वेळेस लाजून मान फिरवली होती, ओठ पुसले होते अन् विचारलं होतं, ''पावेल आता यात काही बदल नाही ना?''

हंऽऽ वेरा! कुठे असेल ती आता? पहिला मित्र व्हिक्टर...?

अस्वस्थ झालेला पावेल फाटकापाशी एका बाकावर विसावला. काय निर्दय माणसं आहेत! काय अधिकार होता त्यांना जुनी जागा, जुनं घर पूर्ण जमीनदोस्त करण्याचा...

त्याला अचानक आठवलं. याच रस्त्यावर गर्द झाडी होती. त्या पाठीमागे व्हिक्टरचं घर होतं. त्यापलीकडे कोपऱ्यात औषधाचं दुकान. तिथे एका टुमदार घरात वेरा राहात होती. झपाझप पावलं टाकीत पावेल निघाला आणि एका घरापाशी येताच चमकून थांबला. घर नं. ५, सदोवया. हेच ते व्हिटरचं घर. छोटासा जिना चढून पावेल वर आला. एका मध्यमवयीन बाईनं दार उघडलं. ''नाही. त्यांनी हे घर सोडून खूप वर्षं झाली. माझ्या आठवणीप्रमाणे सर्वच कुटुंब स्वेरद्लोवला स्थायिक झालं आहे. त्यांचा मुलगा आता एका कारखान्यात अधिकारी आहे. दोन वर्षांपूर्वी सहज या बाजूला आला असता येऊन गेला. आपण कोण? त्यांचे नातेवाईक, की...?''

''हो, नातेवाईकच. पण लांबचा'' पावेल जड पावलांनी मागे फिरला. आता एकच आशा. भेटली तर वेराच. धडधडत्या छातीनं पावेल औषधाच्या दुकानासोर येऊन थांबला. पण पुढे जायचे होईना. असं का व्हावं? तो आता विवाहित गृहस्थ होता. कदाचित कुठेतरी मनाला सल बोचत असावी. जसं त्यानं आणि वेरानं ठरवलं त्याप्रमाणे काही घडलं नाही. म्हणून त्या चोरून भेटी, एकमेकाला जिवापाड सुखी करण्याच्या घेतलेल्या आणा-भाका... त्या कोवळ्या वयात पाहिलेली भविष्याची रंगीत स्वप्नं... कपाळावरचा घाम पुसून थरथरत्या हातानं त्यानं दारावरची घंटी दाबली. काही क्षण शांततेत गेले. नंतर दार उघडलं आणि वेराची म्हातारी आई समोर आली. तिनं त्याला लगेच ओळखलं नाही. ''कोण तू? पावलुशा? पावेल तर नव्हे? ये, ये आत ये, बैस असा. पण पसाऱ्याकडे मात्र लक्ष देऊ नको हं! आता मला म्हातारीला एकटीला झेपत नाही.'' तिने पावेलला बसण्यासाठी सोफा रिकामा करून दिला. या लगबगीबरोबर तिचं बोलणंही चालूच होतं. ''तू खूप मोठ्ठा झालास हं. मी वरचेवर ऐकत असते. तुझं नाव बरेचदा पेपरमध्ये वाचते. वेरालाही आजचं तुझं वैभव पाहून खूप आनंद झाला असता.'' ''झाला असता? म्हणजे''... एव्हाना पावेलच्या घशाला कोरड पडली होती. ''वेरा कुठे आहे?''

''वेरा? म्हणजे? तुला माहीत नाही?''

''वेरा? ती तर नाही आता. तिला जाऊन खूपच वर्षं झाली. तुला कसं ठाऊक नाही? आजारी होती. फार. तुझी फार आठवण काढायची.''

"नाही, नाही. वेरा नाही? हे कसं शक्य आहे? कसं शक्य आहे?"... पावेल जवळजवळ ओरडलाच. निघताना त्याला वाटलं, वेराची आई जणू थेट त्याच्या डोळ्यांत पाहते आहे. काहीशी अविश्वासानं. "फार वाईट वाटतं... तुम्ही दोघं बरोबर खेळलात, वाढलात, आता पुन्हा लवकर ये भेटायला. बायको-मुलांना घेऊन." "हं. येतो" म्हणून पावेल तिथून बाहेर पडला. पाय जडावले होते, चित्त थाऱ्यावर नव्हतं, आणि त्रासलेल्या मन:स्थितीत उन्हाची झळ जरा जास्तच वाटत होती. भूक नव्हतीच, घशाला कोरड पडली होती. पावेल जवळच्याच कॅफेमध्ये शिरला. थंडगार बियर थोडी पोटात जाताच त्याला थोडं-फार शांत वाटू लागले. पावेलला फार एकाकी, फारच अस्वस्थ वाटू लागलं. असं कसं आपण सर्व जण पांगलो? कोणाचा काहीच ठावठिकाणा लागत नाही. पावेल खूप वेळ असा एकटाच भटकत, भरकटत राहिला. रात्रीचे नऊ वाजत आले होते. आता जाता-जाता जुन्या शाळेच्या इमारतीवर एक नजर टाकावी आणि मग पुढे स्टेशनचा रस्ता धरावा. म्हणून हळूहळू पावले सरकवीत पावेल चालत राहिला. हीच का ती शाळा? आता मोठ्या दिमाखात नवीन इमारत उभी होती. नवीन तीन मजले चढले होते. किती सुंदर नवीन पटांगण केले आहे! आणि ही फुलबाग... हिची निगराणी मुलांनी करायची असते. काळ बदलला. इमारती बदलल्या, माणसेही बदलली. इतकी बदलली, की एकमेकांचा पत्ता-ठावठिकाणाही ठाऊक नसावा? पावेल शाळेतील बगीच्यातील एका बाकावर जाऊन टेकला. सगळीकडे अंधार दाटत चालला होता. पावेलची नजर नुसती परिसरातील इमारतींवर, झाडांवर आणि शाळेच्या खिडक्यांच्या चकाकत्या काचांवर भिरभिरत राहिली. उजवीकडे झाडीतून एक प्रकाशाची बारीकशी तिरीप पावेलच्या पायापाशी येऊन पोहोचत होती. शाळेच्या मागच्या बाजूला उजवीकडे गणिताच्या शिक्षिका मरीया पित्रोवना यांचे घर होते. जावं का एकवार? पण त्या आता हयात असण्याचीही शक्यता नव्हती. चाळीस वर्षांपूर्वीच त्या किती दमलेल्या, थकलेल्या वाटत. पावेल त्यांचा लाडका विद्यार्थी होता. त्यांच्या तालमीत पावेलचा गणित विषय उत्तम तयार झाला होता. आजच्या त्याच्या यशाचे सर्व श्रेय खरे तर मरीया पित्रोवना यांचेच... विचारात गढलेला पावेल एव्हाना त्यांच्या घरासमोर येऊन पोहोचलाही होता. त्याने दारावर हलकीशी टकटक केली. दोन-तीन मिनिटे शांततेत गेली. हताश होऊन त्याने कडीला धरून दार वाजवले नाही. घरात कोणीच नसावे. हातातील बॅग ओढत पावेल परत चालला. पाच-सहा पावले चालला असेल, तेवढ्यात मागून आवाज आला. "कोण आहे एवढ्या अंधारात?" दार उघडलं गेलं. पावेल धावतच गेला.

"मी आहे, मरीया पित्रोवना, पावेल. तुमचा ४० सालच्या बॅचच्या विद्यार्थी."

समोर उभ्या होत्या मरीया पित्रोवना. पूर्वीसारखाच काटकुळा बांधा. बटू मुर्ती. दृष्टीस फारसं उमगत नसावं.

"कोणता पावेल? विमानांचा इंजिनीयर तर नव्हे?"

"हो, हो. मी तोच पावेल." पावेलचा चेहरा उजळला. म्हणजे...? इतक्या वर्षांनंतरही मी त्यांच्या आठवणीत आहे?

"ये. ये, असा आत ये. बैस. एखादी मोकळी खुर्ची पाहून बैस. किती वर्षांनी भेटतो आहेस? बैस. मी चहा करते." "चहा नको. फक्त तुम्हाला भेटायला तुमच्याशी बोलायला आलोय," पावेल पुटपुटला.

"चहा मलाही हवाय. चहा पिता पिता बोलायला तुझी हरकत नाही ना?" असे म्हणत मरीया आत गेल्या.

पावेलनं त्याचा कोट उतरवला. तो भिंतीला अडकवीत असता तिथे टांगलेल्या एकाकी कोटावर त्याचं लक्ष गेलं. याचा अर्थ मरीया पित्रोवना अजूनही एकट्याच राहात असाव्यात. घरात दुसऱ्या माणसाचा वावर जाणवत नव्हता.

तो जवळच्याच एका खुर्चीवर टेकला. मरीया पित्रोवनाही शेजारच्या कॉटवर येऊन बसल्या."पावलुशा, आज असा अचानक कसा आलास? सहज की काही कामानिमित्त...?"

"कामासाठीच म्हणा ना." सुट्टीला या भागात आलो होतो हे सांगण्याचे पावेलचे धाडस होईना.

"पावलुशा, थांब मी चहा घेऊन येते. तुला मी शाळेतील जुनी हाक मारली म्हणून राग तर नाही आला? तू आता फार मोठा माणूस झाला आहेस असे ऐकते."

"नाही, नाही. मी तर तुमचा विद्यार्थी." पावेल पुटपुटला. काही वेळातच त्या चहा घेऊन आल्या.

"तर आता सांग, पावलुशा, कुठे असतोस? काय करतोस? तसं तुझ्याविषयी मला बरंच माहिती आहे. तुझे लेख, पुस्तकं वाचते. बाकी तुम्ही विद्यार्थी मला फक्त टी. व्ही., सिनेमात किंवा वर्तमानपत्रातच दिसता. लग्न केलंस का नाही?"

"हो, केलं."

"सुखी आहेस ना?"

"हो. तसंच म्हणा. आहे सुखी. एक मुलगा आहे मला."

"छान-छान. म्हणजे उत्तमरीत्या गृहस्थ झालास तर."

"मरीया पित्रोवना, मला तुमच्याशी शाळेविषयी बोलायचं आहे. माझ्या जुन्या वर्गमित्रांविषयी..."

"बोलूया ना. मला चांगला आठवतो तुमचा वर्ग. तुझा मित्र व्हिक्टर. वेरा तर गेलीच म्हणा..."

"मरीया पित्रोवना, तुम्हाला आठवतं, एकदा तुम्ही मला बीजगणितात चक्क शून्य मार्क दिला होता."

"हो आठवतं. सातव्या इयत्तेत. हुशार असूनही तू आळशी होतास. लागोपाठ सहा दिवस होमवर्क तू केले नाहीस, म्हणून दिला तुला भोपळा."

"मरीया पित्रोवना, तुम्हाला आठवतं, एकदा मी कॉपी करण्याऱ्या महाभागांची कशी उत्तम सोय करून दिली होती?"

"हो, आठवतं ना. एका दोऱ्याला उत्तरं लिहिलेल्या चिठ्ठ्या चिकटवून त्या क्लासमध्ये फिरवत होतास."

"मरीया पित्रोवना, पण मला मठ्ठ मुलांची दया यायची. म्हणून मी ही शक्कल लढवली."

"पावेल, तुला आठवतं, तू एक दिवसभर शिक्षा म्हणून माझ्या टेबलापाशी अंगठे धरून उभा होतास?"

पावेल दचकलाच. त्याने सातवीत असताना एका नावडत्या शिक्षिकेला त्रास देण्यासाठी 'उडती दौत' तयार केली हेती. रात्रभर विचार करून त्याने दौतीला खाली एक स्प्रिग चिकटवून ती शिक्षिका येण्यापूर्वी क्लासमध्ये टेबलावर ठेवून दिली होती. उद्देश असा होता की, शिक्षिकेने लेखणी बुडविण्यासाठी दौतीला हात लावताच स्प्रिंगने दौत उडून शाई त्यांच्या अंगावर सांडायला हवी होती. उद्देश सफल झालाही. पण आज मात्र त्या आठवणीने पावेलच्या तोंडाला कडवट चव आली. आजच्या त्याच्या प्रतिष्ठेला हे काही शोभण्यासारखं नव्हतं. मरीया पित्रोवनांनी त्याची तंद्री भंग केली.

"पावेल, तुला आठवतं, तुझ्या वर्गात एक हुशार मायकेल शेखचेर नावाचा मुलगा होता."

"हो, आठवतं ना. काय सुंदर लिहायचा. तुम्ही त्याचे निबंध नेहमी वर्गात वाचून दाखवायच्या."

"तोच तो. तो आता यशस्वी पत्रकार झाला आहे. सतत परदेश दौऱ्यांवर असतो. मी नेहमी त्याचं लिखाण वाचते. त्याचीही मला फार आठवण येते."

"मायकेल येऊन तुम्हाला भेटला असेलच...?"

"नाही, तू चहा घे. थंड होतोय."

"आणि माझा जुना मित्र-व्हिक्टर....? तो नाही आला?"

"नाही, पावलुशा, तू चहा घे."

"मरीया पित्रोवना, पण तुम्हाला येऊन कोणीतरी भेटत असेलच ना? लिहीत तर नक्कीच असावेत. ग्रीशा सफोनव? तो तर प्रख्यात नट झाला आहे. तो भेटतो?"

"हो, भेटतो, त्याचे सिनेमे मी पाहते."

"मीही पाहतो. पण तो येऊन तुम्हाला भेटत नाही?"

प्रश्नाला उत्तर मिळाले नाही. पावेल वरमला. शरमेने त्याची नजर खाली वळली. मरीया पित्रोवना शांत बसल्या होत्या. संपूर्ण चेहऱ्यावर सुरकुत्या होत्या. हात-पायही आता थकले होते. त्याला वाटलं, उद्या त्यांचं काही बरेवाईट झालं, तर कोणाला समजणारही नाही.

पावेलला या बोचऱ्या शांततेचा भंग करायचा होता. त्याने पुन्हा विचारले,

"पण व्हिक्टर तर मागच्या वर्षी गावात येऊन गेल्याचं समजलं. तो कसा आला नाही?"

मरीया पित्रोवना चमच्यानं पेल्यातील चहा ढवळीत राहिल्या... मधूनमधून त्यांची मान नकारार्थी हालत होती.

"मरीया पित्रोवना, आणि तुमचं ते लाडकं त्रिकूट? पीटर, नीना आणि बरीस? ते तरी भेटत, लिहीत असतीलच."

"नाही पावलुशा, माझ्याकडे तुमच्या नंतरच्या बॅचमधील निकोलाय सिबीरत्सेव फक्त येतो. त्याला आयुष्यात काही यश मिळविता आलं नाही. आणि तो सुखीही झाला नाही. तो मात्र वरचेवर येतो. माझी म्हातारीची विचारपूस करतो."

"मला काही तो नीटसा आठवत नाही." पावेल उत्तरला.

"फारच वाईट. काही ठीक नाही." मरीया पित्रोवना काहीशा उपहासाने टीकेच्या कडवट सुरात बोलल्या. पावेल एकदम गप्प झाला. शेवटचे 'फारच वाईट' शब्द त्याच्या मनाला जखम करीत राहिले. फार, फार खजील झाला पावेल. मरीया पित्रोवना क्षीण नजरेने पुस्तकांच्या कपाटाकडे पाहात होत्या. पावेलची नजरही तिकडे वळली.

"मरीया पित्रोवना..."

"काय पावलुशा?"

"तुमच्याकडे माझं हे पुस्तक? मला या पुस्तकासाठी राज्य पुरस्कार मिळाला होता."

"विकत घेतलंय मी ते पुस्तक."

पावेलने लगबगीने उठून पुस्तक हातात घेतलं. त्यातून एक वर्तमानपत्राचं कात्रण खाली पडलं. पावेलला मिळालेल्या राज्य पुरस्काराची वार्ता आणि त्याचा फोटो होता.

"चांगलं पुस्तक आहे पावलुशा. 'प्रावदा'मध्ये तुझा फोटो आणि बातमी वाचून मी तुला अभिनंदनाची तारही केली होती."

पावेलला लाज वाटली. शरम वाटली आपल्या बेफिकीरीची. त्यांची तार

त्याला मिळाली होती. बाकी सर्व तारांची पोच त्याने दिली. पण जुन्या शिक्षिकेच्या तारेची पोच देणं त्याला आवश्यक वाटलं नव्हतं.

"मरीया पित्रोवना, मी या पुस्तकावर काही लिहू का?....

तुमच्यासाठी दोन ओळी?"

त्याच्या प्रश्नाला उत्तर मिळाले नाही.

पावेल लगबगीने जायला निघाला. मरीया पित्रोवना बागेपर्यंत त्याला पोचवायला आल्या. "पावलुशा..."

"काय, मरीया पित्रोवना?"

"आता मला मनापासून, अगदी मनापासून सांग, माझी, या म्हाताऱ्या शिक्षिकेची शिदोरी तुला कुठंतरी आयुष्यात उपयोगी पडली का? तुझ्या आजच्या यशात तुला माझी, इतर शिक्षिकांची सावली कुठं दिसते का?"

"असं कसं म्हणता, मरीया पित्रोवना?....

मी आज जो काही आहे, तो केवळ तुमच्यामुळेच, केवळ तुमच्यामुळेच."

"पावलुशा, तुला काय वाटतं, मला तुम्हां विद्यार्थ्यांचा अभिमान वाटत नाही? उद्या सर्वांना सांगेन. केवढा मोठा माणूस माझ्याकडे आज पाहुणा होऊन आला होता. आणि हा मोठा माणूस एके काळी माझा विद्यार्थी होता. त्याला मी एकदा शून्य मार्क दिला होता आणि अंगठे धरून दिवसभर उभाही केला होता. केवढी श्रीमंत आहे मी. माझे सगळे विद्यार्थी आज नावारूपाला आले, सगळे मोठ्ठे झाले.... पावलुशा, आणखी यश कमव, खूप खूप सुखी हो..."

पावेल निघाला. रेल्वे स्टेशनवर तो कसा येऊन पोहोचला, त्याला समजलंही नाही. डोक्यात विचारांचं नुसतं थैमान चाललं होतं. शरमेनं कानशिलं तापली होती. तो स्वतःच्या डब्यात शिरला. आपल्या जागेवर जाऊन बसला. गाडी जशी सुरू झाली, तसं, पावेल पक्कं ठरवीत राहिला. आता सर्वांना लिहायचं - व्हिक्टर, बरिस, ग्रीशा, नीना, सर्वांना लिहायचं, की आपण सर्वांनी दर वर्षी आळीपाळीनं मरीया पित्रोवनांना भेटायला यायचं. त्यांचा विसर पडू द्यायचा नाही. पण तत्क्षणी पावेल हताश होऊन हाताची बोटं चाळवीत राहिला. कुठं लिहायचं? एकाचाही पत्ता, ठिकाण माहीत नाही. पावेलनं स्वतः मरीया पित्रोवनांना मोठं लांबलचक पत्र लिहायचं ठरवलं. असंही ठरवलं की पुढच्या सुट्टीत त्यांना आपल्या घरी बोलवायचं. नुसतं बोलवायचंच नाही, तर न्यायला यायचं त्यांना... पत्र लिहायचं तर ठरलं, पण पावेल त्यांच्या घराचा पत्ता घ्यायला विसरला होता. त्याला क्षणभर डोळ्यासमोर काही दिसेना. डोळे पाण्यानं भरले होते. गालावरून ओघळ वाहू लागले. कोणी बघत तर नाही या भीतीने पावेलने खिशातून रुमाल काढला.

कशीबशी दोन गावं गाडीने पार केली. तिसऱ्या स्टेशनला पावेल उतरलाच. स्टेशनवरील पोस्ट ऑफिसमध्ये शिरला. तारेचा फॉर्म घेतला. त्यावर मरीया पित्रोवनांचं नाव लिहिलं. खाली शाळेचा पत्ता. तारेच्या मजकुरात फक्त तीनच शब्द होते.

"आम्हाला क्षमा करा."

– तुमचा पावेल.

***

चल बाजारी...

वेलेंतिन कताएव

मूळ कथालेखक – वेलेंतिन कताएव

प्रथितयश कथाकार म्हणून वेलेंतिन कताएव रशियन साहित्यात लोकप्रिय आहेत. त्यांच्या लेखनात प्रामुख्याने सोविएत समाजातील प्रमुख घटना आणि प्रवृत्तींचे प्रतिबिंब दिसते. विनोदी आणि उपरोधात्मक लघुकथा, नाटिका, यांद्वारे कताएव यांनी लेखनाच्या क्षेत्रात पहिलं पाऊल टाकलं. 'उधळे' (दीर्घकथा) व 'वर्तुळाचे चौकोन' (नाटक) या रचनांमुळे कताएव अल्पावधीतच यशाच्या शिखरावर पोहोचले.

दुसऱ्या महायुद्धाच्या कालखंडात 'प्रावदा' (सत्य) आणि 'क्रास्नया झ्विझ्दा' (लाल तारा) या वृत्तपत्रांसाठी कताएव यांनी युद्धविषयक वार्ताहर म्हणून काम केले. याच सुमारास युद्धविषयक कादंबरिका-मालिका आणि 'पत्नी' आणि 'मी या पलटणीत जन्मलो' या उत्कृष्ट दीर्घकथांची निर्मिती. यांपैकी दुसऱ्या कथानकाला इटालियन वृत्तपत्र 'उनिता'तर्फे 'जगातील सर्वोत्कृष्ट बालकथानकांपैकी एक' असा गौरव प्राप्त. 'ते एकलं शिड पांढुरकं होताना दिसतंय' या साहित्यकृतीमुळे कताएव यांना जागतिक पातळीवर कीर्ती मिळाली.

इतर प्रसिद्ध साहित्य

'मी कामकरी वर्गाचा मुलगा,' 'भिंतीतील लहान लोखंडी दरवाजा', 'स्मृतिभ्रंश करणारं गवत', 'पवित्र विहीर', 'काळ्या सागराच्या लाटा', (कथा, दीर्घकथा) 'काळा, पुढं चालत राहा' (कादंबरी), बरीच वर्षे 'गुदोक' (भोंगा), 'क्रकजिल' (सुसर) या मासिकांसाठी लेखन, तसेच 'यूनस्त्व' (तारुण्य) या मासिकाचं संपादन.

चल बाजारी...

सांद्रा बाजारातून परतली आणि लगबगीनं तयारीला लागली. त्या सुंदर, प्रसन्न संध्याकाळी ती आणि जॉर्ज विवाहबद्ध झाले. लग्न मोठ्या थाटामाटात लागलं. रोषणाई, फुलांची आरास, फटाक्यांची आतषबाजी - सारं सारं काही मनासारखं झालं. पण सांद्रा मात्र बेचैनच वाटत होती. कधी एकदा जॉर्जला एकटा गाठते असं तिला झालं होतं. केव्हाचं काहीतरी सांगायचं होतं तिला जॉर्जला फार फार महत्त्वाचं.

जॉर्ज होता आपला साधासुधा. गरीब बिचारा. हाडकुळा तर इतका की, वाऱ्याची एखादी झुळूकही त्याला उडवून नेऊ शकली असती. सांद्रा मात्र चांगलीच हुशार होती. थोडी-थोडकी नाही, तर चांगलीच बनेल. अगदी आपल्याला शोभेल, आपल्या अर्ध्या वचनात राहील, असाच जोडीदार तिनं निवडला होता.

चहापानाच्या कार्यक्रमाला सुरुवात झाली. बरोबरीनं वधुवरांच्या अभिनंदनाची भाषणंही. आलेला प्रत्येक माणूस काही ना काही सुंदर भेट घेऊन आलेलाच होता. सांद्राचं मात्र कश्शाकश्शात लक्ष लागत नव्हतं. तिची अस्वस्थता क्षणाक्षणाला वाढतच होती. अखेर तिनं हिकमतीनं जॉर्जला त्या हॉलच्या बाहेर काढलाच. पाठोपाठ तीही निसटली.

बाहेर येताच जॉर्जचा ताबा घेतला. त्याच्या शर्टच्या बाहीला धरून ठेवलं... तिच्या हातात एक छोटंसं रेशमी पीस होतं. ते हलकेच त्याच्या कानांवरून फिरवलं. त्याच्या मन:स्थितीचा जरासा अंदाज घेतला.

"कुठं जायचं?" त्यानं पुटपुटत विचारलं.

"कुठं म्हणजे? बाजारात नाही का जायचं आपल्याला? कित्ती कित्ती दिवसांपासून मी जायचं म्हणते!" सांद्रानं लडिवाळ सूर धरला.

जॉर्ज खाली मान घालून उभा होता. सांद्रा निघाली...पाठोपाठ तोही.

शहराच्या मध्यभागी दुकानांची काय कमी होती? सांद्राला कुठं काय मिळतं, किती किंमतीला मिळतं याची अगदी पुरेपूर, काटेकोर माहिती होती. ती खुशीत होती. नजर धावत होती, तिला हवं ते दुकान हुडकण्यासाठी. सुरुवात कुठून करायची, हेही तिनं ठरवलेलं होतं.

''आधी चादरी - ब्लँकेट्स हं! पहिल्यांदा चादरी घ्यायच्यात मला!'' तिनं अधीरपणं सांगून टाकलं.

ठिकठिकाणी कर्णे लागले होते. त्यावरून मोठमोठ्यांदा मालाच्या जाहिराती केल्या जात होत्या. भरीला विक्रेत्यांच्या आरडाओरडीमुळं कानठळ्या बसत होत्या. गर्दीत माणसं एकमेकाला ढकलत होती. त्यातून उकाडा. जॉर्जला अगदी नको नकोसं झालं. पण करतो काय? आत्ता कुठं, खरेदीची सुरुवात होत होती. तरीही तीन-साडेतीन तास त्यानं कसाबसा दम धरला.

अखेर आटोपली खरेदी एकदाची. चादरी घेतल्या. ब्लँकेट्सही घेतले. दोन तपकिरी करड्या रंगाचे, तर दोन गुलाबी. चांगले जाडजूड, भक्कम शिवणीचे. जसे सांद्राला हवे होते, अगदी तसेच.

''आता सॅण्डल्स. आणि हिवाळी उबदार बूटही. तुला घ्यायचे का? माझ्या बुटांना मात्र लाल अस्तर आणि लाल लेस हवी. आणखी महत्त्वाचं म्हणजे मला त्यावर माझं नावही कोरून हवं. नाही तर कोणी लंपास करायचं.'' - सांद्रा म्हणाली.

बूटही घेऊन झाले. दोघांचेही. दोन्ही जोडांना लाल अस्तर होतं. सांद्रानं हवी ती अक्षरंही कोरून घेतली.

तिची नजर अजून लकाकतच होती. आता पुढं काय, ते जॉर्ज ऐकू लागला.

''किनई, मला स्वयंपाकघरासाठी टॉवेल्स हवेत. इटुकले-पिटुकले. आणि त्यांवर कोंबडेच हवेत गडे.'' - सांद्रानं जॉर्जच्या खांद्यावर डोके ठेवून हलकेच सांगितलं.

अखेर तेही काम आटोपलं. ते इटुकले-पिटुकले आणि त्यांवर मनाजोगते कोंबडे, कोंबले बॅगेत एकदाचे. त्याचबरोबर सहज जाता जाता दिसलं, म्हणून काही बारीक-सारीकही... ब्लँकेट्ससाठी चार कव्हर्स, गजराचं घड्याळ, नक्षीकाम केलेला आरसा, वाघाचं चित्र असलेला गालिचा, (गालिचे खूप असतात, पण त्यावर वाघाचं चित्र नसतं!) दोन सुंदर, नवीन बांधणीची टेबलं आणि दहा-बारा लोकरीचे गुंडे. बस्स. इतकंच.

शेवटी लोखंडी खाट घ्यायची राहूनच गेली. आणखीही बऱ्याच बारीक-सारीक वस्तू यादीत होत्या. पण आता करणार काय? दोघांकडचेही पैसे संपले. सांद्रा हिरमुसली.

थोडं हातात, थोडं खांद्यावर, थोडं पाठीवर असं सामान अंगावर लादून जॉर्ज चालू लागला. घरी आले, तेव्हा त्याचे दोन्ही खांदे वाकून गेले होते. हनुवटीचा आधार देऊन त्यानं दोन ब्लँकेट्सच्या गुंडाळ्या पकडल्या होत्या. चांगलाच घामाघूम झाला तो. डोळ्यांखाली काळ्या सावल्या दिसू लागल्या. सतत धाप लागल्यामुळं तोंड अर्धवट उघडं ते उघडंच राहिलं होतं.

आपल्या खोलीत येताच त्याला हायसं वाटलं. इतका वेळ दाबून ठेवलेली

खोकल्याची उबळ त्याला असह्य झाली. खुर्चीला टेकून तो खोकू लागला.

एवढ्यात सांद्रा तिथं पोचली. आपली बॅग त्याच्या कॉटवर फेकली आणि जवळ येऊन म्हणाली.

"हे काय! किती खोकतो आहेस? ऐकून डोकं उठलं अगदी! तुझ्यामुळं मलाही खोकला होणार. आणि माझं काही बरं-वाईट झालं म्हणजे?"

दुसऱ्या दिवशी संध्याकाळी घरी बरेच पाहुणे जमले. थोडे नात्यातील, काही मित्र-परिवारातील - असे. सर्वांनी सांद्राच्या योजक खरेदीचं मात्र तोंड भरभरून कौतुक केलं. सांद्रानं एक-एक वस्तू काढून सर्वांना दाखवली. त्यांतील बऱ्याच वस्तू दुर्मिळ होत्या. कित्येकांनी पाहिल्याही नव्हत्या.

पण त्या कौतुकानं सांद्रा सुखावली मात्र नाही. तिला काहीतरी खटकत होतं, एवढं नक्की. कुठंतरी उणीव राहून गेली होती.

पाहुणेमंडळी जाताच तिनं पुन्हा एक-एक वस्तू काढून जॉर्जला दाखवली व त्याला सर्व काही आवडल्याची बळेबळेच खात्री करून घेतली. नंतर भेट म्हणून आलेल्या एका बॅगेत तिनं सर्व वस्तू रचून ठेवल्या व त्यावर वर्तमानपत्राचे कागद टाकून त्या झाकून टाकल्या आणि मग बॅगेला भलं-मोठं कुलूप ठोकलं.

अंथरूणाला पाठ टेकताक्षणीच जॉर्ज झोपी गेला. सांद्रा कसेबसे डोळे मिटवायचा प्रयत्न करीत होती. आली एकदाची झोप. पण मध्यरात्री ती दचकून जागी झाली. जॉर्जला हलवून हलवून जागं करू लागली.

"जॉर्ज, उठतोस जरा. जागा हो ना... मला काही सांगायचंय."

"ऊं...ऊं...काय आहे. आता या वेळी? सकाळी सांग."

"अरे, सकाळी कसं सांगू? मला तर क्षणभरही चैन नाही.."

"बरं... सांग काय ते."

"अरे, आपण ते दुसरं ब्लँकेट घ्यायला हवं होतं. ते नव्हतं का लाल लाल? जरीच्या नक्षीकामाचं? त्याला खाली तशीच जरीची झालरही होती. आठवतं?"

"नाही आठवत."

"काही हरकत नाही. माझ्या आहे लक्षात. दुसरं म्हणजे बूटही घेताना आपण जरा घाईच केली. ते लाल अस्तराचे घ्यायला नकोच होते. सर्कशीत काम करणाऱ्या पात्रांसारखे. तिथं दुसरे फिक्या अस्तराचेही होते. आणि ही कॉटही काही बरी नाही लागली. जरा हिंडून, निवडून घ्यायला हवी होती. माझं जरा चुकलचं. पण तू सांगायला नको होतंस का?" सांद्रा बोलत होती.. पण.

जॉर्जचा कधीच डोळा लागला होता.

सकाळी जसा तो कामावर गेला, तशी सांद्रा नटूनथटून तयार झाली. नवविवाहितेचे लाजरे अनुभव ऐकण्यासाठी शेजारणी एकीमागोमाग एक गोळा झाल्या. पण

सांद्राच्या नजरेसमोरून कालची ती दुकानं, ती खरेदी आणि बॅगेत भरून ठेवलेला तो खजिना काही हलत नव्हता. बॅगेची आठवण होताक्षणी तिनं सगळ्या जणींना आपल्या खोलीत नेलं. बॅग उघडून साऱ्या वस्तू दाखवू लागली. साऱ्यांच्या नजरा विस्फारल्या. एकीकडेही यांतील एखादी किंवा तत्सम वस्तूही नव्हती. संसाराला सुरुवातच अशा जंगी तयारीनं? भलतंच! तोंडावर मात्र साऱ्याजणींनी सांद्राचं अतोनात कौतुक केलं.

"नशीब काढलंस, पोरी, नाही तर आम्ही!!!"

या सगळ्या साळकायांमध्ये होती एक शहाणी शेजारीण. प्रोफेसरची बायको. तिला या खरेदीत काही अर्थ दिसत नव्हता. तिला सांद्राला काही सांगायचं होतं -

"सांद्रा, खरेदीचं मग पाहू. पण तुझा नवरा किती खोकतो रात्री? भिंतीपलीकडे अगदी ऐकवत नाही. खरेदी जरा बाजूला ठेवून त्याला औषधपाणी केलंस तर?"

शेजारणीनं असं मध्येच नाक खुपसून रंगाचा बेरंग केलेला सांद्राला बिलकुल आवडला नाही.

"ऐकवत नाही ना? नका ऐकू! खोकतो तर खोकू दे. मी काय करू? खोकेल, खोकेल आणि उलथेल एखाद्या दिवशी. मी शोधीन दुसरा."

'पण मग मी एकटीच कशी जाऊ शकेन बाहेर खरेदीसाठी?' तिच्या मनात विचार आला. तत्काळ तिनं चुकीची दुरुस्ती केली.

"आजपासून खाऊ-पिऊ घालते चांगला. मग नाही खोकायचा. चांगली तळलेली कटलेट्स करून देत जाईन. खाऊ दे किती खायची ती."

कसाबसा सांद्रानं पहिल्या तारखेपर्यंत धीर धरला. एक तारखेला संध्याकाळीच दोघं पुन्हा बाहेर पडले. सांद्रा त्याला घेऊन निघाली. सर्वांत आधी मागच्या वेळेस राहिलेली लाल ब्लँकेट्स घेतली. शिवाय कित्येक गरजेच्या वस्तूही. उदा. ठोक्याचं घड्याळ. फुलं ठेवण्यासाठी खास शेल्फ, सहा मीटर कापड - असंच. आवडलं म्हणून. प्लॅस्टर ऑफ पॅरिसची बचत-पेटीही. कधी ना पाहिली, ना देखिली एवढी सुंदर. त्यावर काळ्या आणि सोनेरी ठिपक्यांचं सुंदर नक्षीकाम केलेलं. (शिवाय बचत-पेटी बऱ्याच दिवसांपासून हवीच होती. नाही तर पैसे साठवायचे कशात?) हो. आणखी एक भली-मोठा लोखंडी पेटी, बेडकासारख्या हिरव्या रंगाची. तिच्यासाठी तेवढंच भलं-मोठं कुलूपही घेतलं. साधंसुधं नाही, तर त्यात एक गाणारा पक्षी बसवला होता.

घरी येताच सांद्रा लगबगीनं आपल्या खोलीकडं गेली. आणलेल्या नवीन वस्तू पुनःपुन्हा निरखून पाहात नवीन पेटीत ठेवल्या. नवीन कुलूपही त्यावर ठोकलं. कुलपातील पक्ष्याचं गाणं ऐकायला मात्रत ती विसरली नाही...

जॉर्ज कुठं दिसत नव्हता. बहुधा झोपायच्या तयारीला लागला असावा.

मध्यरात्री सांद्राला पुन्हा अचानक जाग आली. जॉर्ज सारखा या कुशीवरून त्या कुशीवर वळत होता. त्याचं कपाळ घामानं डबडबलं होतं. नक्कीच त्याला काहीतरी दुखत खुपत असावं.

सांद्रानं हाक मारली -

"जॉर्ज, झोपलास का रे? जरा ऐकतोस? किती झोपतोस तू?"

"आता पुन्हा काय? झालं ना मनासारखं?" जॉर्ज.

"नाही ना! म्हणूनच तुला उठवलं. तिथं एक अगदी नवीन पद्धतीचं ब्लँकेट मी पाहिलं. आकाशी निळ्या रंगाचं. तसं पूर्वी कधी नव्हतं पाहिलं. राहूनच गेलं बघ घ्यायचं."

"पुढच्या वेळेस पाहू" - असं म्हणून तो दुसऱ्या कुशीवर वळला!

जॉर्जची प्रकृती बिघडत चालली. तापाला उतार नव्हता. खोकलाही देणेकऱ्यासारखा वारंवार हजर होत होता. मे महिना उजाडला. वार्षिक रजेचे दिवस जवळ आले. सर्वांना दोन आठवडे, तर जॉर्जला दीड महिना रजा दिली गेली. प्रकृती अस्वास्थ्यासाठी. शिवाय संपूर्ण पगारासहित.

सांद्रानं आनंदाने ही बातमी शेजारणींना पुरवली. शिवाय सांगितले की, तिनं ही सुट्टी सत्कारणी लावायचं ठरवलं होतं.

"ते कसं?" एकीनं कुतुहलानं विचारलं.

"कसं म्हणजे? कामं किती पडली आहेत? बाहेर जाणंही होत नाही. कित्ती म्हणून वस्तू घ्यायच्या आहेत. दर वेळेस काही ना काही निमित्तानं राहूनच जातात."

शेजारच्या प्रोफेसरीणबाईंना मात्र हे 'सत्कारण' पटलं नाही. त्या म्हणाल्या,

"अग, यापेक्षा त्याला एखाद्या चांगल्या डॉक्टरला दाखव. एखाद्या ठिकाणी त्याला विश्रांतीसाठी ने. खरेदी काय, केव्हाही करता येईल. पण प्रकृतीशी खेळ कामाचे नाहीत, बरं! एखाद्या दिवशी"....

...."ऊं! त्याला काय धाड भरली आहे! चांगला ठणठणीत आहे की! मी त्याला इथंच ठेवणार. कुठ्ठं म्हणून जाऊ नाही देणार. शिवाय, कटलेट्सही करणार आहेच. खाऊ दे पोटभर. मग आरामच आराम."

सुट्टीचा पगार हातात पडताच संध्याकाळी सांद्रानं हमालाकरवी एक हातगाडी दारात आणून उभी केली. जॉर्ज शेजारीच उभा होता. गाडी वस्तूंनी खचाखच भरलेली होती.

त्या वस्तूंत 'ते' ब्लँकेटही होतं आकाशी निळ्या रंगाचं. थकला भागला जॉर्ज घरात शिरला. पाय थरथर कापत होते. घामानं सदरा ओला चिंब. खोकला तर एखाद्या लोचट पाहुण्यासारखा ठाण मांडून बसलेला. आजारी देहाची क्षीण मोळी त्यांनी अंथरूणात सरकवली.

आज सांद्राला जाग यायचा प्रश्नच नव्हता. कारण झोपच येत नव्हती. सारी खरेदी मनासारखी झाली खरी, पण...

"जॉर्ज, जरा माझ्याकडं बघ ना!"

उत्तर नाही. तो त्या अवस्थेत नव्हता.

"आता अगदी शेवटचंच. ऐकतोस? ते किरमिजी रंगाचं ब्लँकेट राहूनच गेलं. तेवढी एकच इच्छा अपुरी राहिली बघ. बाकीचे सारे रंग जमले...."

तो बिचारा कण्हत होता, खोकत होता....

सुट्टी संपत आली. एक दिवस जॉर्ज बाहेरून परतत होता. हवेत चांगलाच गारवा. अंगावर भोकं पडलेला, जीर्ण झालेला स्वेटर. कुडकुडत होता तो. पण चेहऱ्यावर उदासवाणं हसू कायमच होतं. त्याच्या उंचीला ती संथ चाल विसंगत होती. तिच्यात गती नव्हती आणि ओढही. रोज येतो घरी, तसंच आजही, असा काहीसा भाव चेहऱ्यावर...

- पण त्या दिवशी तो जे चालला, ज्यांनी त्याला उभा पाहिला, तो शेवटचाच.

दुसऱ्या दिवसापासून त्यानं अंथरूणच धरलं. डॉक्टर घरी आले. काही औषधं लिहून दिली. औषधांसाठी पैसे ऑफिस देणार होतं. त्या कागदावर सांद्रानं डॉक्टरांची सही न विसरता घेतली. तो कागद घेतला आणि पैसे आणण्यासाठी सांद्रा निघाली. पैसे मिळाले, तशी थेट दुकानात जाऊन पोचली. तेच ते किरमिजी रंगाचं ब्लँकेट...हो. तेही घेतलं आणि घरी आली. घरी येताच त्वरित ते बॅगेत कोंबलं आणि वरून कुलूप ठोकलं.

जॉर्जच्या प्रकृतीत काहीच सुधार नव्हता. शेजारच्या प्रोफेसरीणबाईंनी नवऱ्याशी काही सल्लामसलत केली, आणि आपणहून चांगला निष्णात डॉक्टर आणला. त्यांनी जॉर्जला तपासलं, हात धुण्यासाठी बाहेर आले, तेवढ्यात तळलेल्या कटलेट्सचा उग्र वास नाकात भरला. प्रोफेसरीणबाई कडाडल्या, "सांद्रा, तुझं डोकं ताळ्यावर आहे? अग, हे तळलेलं विष देऊन त्याला मारायचं का आहे?" तेवढ्यात डॉक्टर बोलले–

"असू दे. देऊ देत. त्याला जे काही हवं, ते द्यां अगदी पोटभर खाऊ दे."

"ऐकलंत? डॉक्टरसुद्धा तेच म्हणतात. कटलेट्सनी त्याला काय अपाय होणार?"

प्रोफेसरीणबाई गप्प बसल्या. त्यांना सारा काही उलगडा झाला....

आता मात्र सांद्रा खरोखरच घाबरली. का, कुणास ठाऊक...

मध्यरात्री तिनं पुन्हा नवऱ्याला हाक मारली.

"जॉर्ज, ऊठ, ऊठ जरा. मला तुला काही सांगायचंय."

पण जॉर्ज काही उठला नाही. त्याला फार 'शांत' झोप लागली होती!

सांद्रा खोलीबाहेर धावली. रात्रीचे तीन वाजले. शेजारची माणसं मात्र जागीच होती. कोणीच झोपू शकत नव्हतं.

"संपला...सारा खेळ संपला..."

शेजाऱ्यांनी सांद्राचा आवाज ऐकला. सांद्रा रडू लागली. शेजारी शांतच होते.

दुसऱ्या दिवशी सकाळी एक भलीमोठी लांबलचक गाडी दारात नेऊन उभी राहिली. काही माणसं उतरली. जॉर्जला घेऊन गेली.

जॉर्जचे मरणोत्तर विधी झाले. सांद्राचे मित्र-मैत्रिणी मोठ्या संख्येनं हजर होते. प्रसंगाचं गांभीर्य अजूनही तिच्या लक्षात येत नव्हतं. तिचं हसणं, बोलणं त्या दिवशीही एखाद्या दुःखी, अभागी स्त्रीचं वाटत नव्हतं. पुन:पुन्हा तोच तो कटलेट्सचा विषय, आणि फिरून जॉर्जनं ती न खाल्ल्याविषयीची तक्रार. सारं मोठं चमत्कारिक होतं.

असेच काही दिवस गेले अन् पुन्हा सारं ठाकठीक सुरू झालं. तिच्याकडं होतकरू, विवाहेच्छू पुरुष मोठ्या आशेनं येऊ लागले. सांद्राची 'तमाम संपत्ती' साऱ्यांच्या चर्चेचा विषय होऊन राहिली. पण तिनं एकाचीही डाळ शिजू दिली नाही. तिला हवा होता, अगदी शांत, खालमुंड्या आणि आज्ञाधारक जोडीदार आणि ही मंडळी तर कोण आगाऊ वाटत होती. एकापेक्षा एक मतलबी, आणि संधिसाधू.

बघता बघता सांद्रा सुकून गेली. आयुष्याला काही अर्थच उरला नव्हता. सारा वेळ घरात. खरं तर बाहेर जाण्यासाठी ती आसुसली होती!

त्याच इमारतीत, गॅरेजमध्ये एक ड्रायव्हर काम करायचा. इवानुश्का. अगदी गायीसारखा गरीब. हळुवार स्वभावाचा आणि घुमाही. सांद्राचं बऱ्याच दिवसांपासून त्याच्यावर लक्ष होतं. हळूहळू सांद्राही त्याला आवडू लागली.

आणि अखेर, एका सुंदर, प्रसन्न संध्याकाळी इवान आणि सांद्रा विवाहबद्ध झाले. समारंभ रंगात आला होता. पण सांद्राला त्यात काहीच रस नव्हता. शेवटी इवानला खुणेनंच तिनं हॉलच्या बाहेर जाण्यास सुचवलं. पाठोपाठ तीही बाहेर पडली. दोघं रस्त्यावर येऊन उभे राहिले.

"कुठं जायचं?" -त्यानं पुटपुटत विचारलं.

"असं रे काय? आपण जायचं ना?" सांद्रा म्हणाली.

"पण कुठं?" इवान

"सांगू? सांगू?
नव्या घराची, नवी तयारी,
करू साजरी, चल बाजारी,
चल बाजारी....."

***

रुदोल्फ + इओ = रुदोल्फिओ

वेलेंतिन रसपूतीन

मूळ कथालेखक – वेलेंतिन रसपूतीन

वेलेंतिन रसपूतीन यांचे नाव विश्वसाहित्यात दिमाखाने झळकत विराजमान आहे. त्यांचे लिखाण जो, जो वाचतो, तो त्यांचा भक्त होऊन राहतो. लिखाणास सुरुवात केल्यानंतर अल्पावधीतच केवळ रशियातच नाही, तर जगभरात उत्कृष्ट साहित्यिक म्हणून त्यांनी लोकमान्यता मिळवली. रसपूतीन कोणताही आदर्शवाद न चितारता रोजच्या जीवनाच्या रहाटगाडग्याचं अगदी सहजतेनं वर्णन करतात. माणसाचा प्रामाणिकपणा, धूर्तता, प्रांजळ विवेकबुद्धी आणि तिचे अनेकविध कंगोरे हे सारे लेखकाच्या आवडीचे विषय होत.

रसपूतीन यांची कथा वेगवेगळी वळणं घेत, निरनिराळे प्रसंग आणि घटना यांतून लीलया उलगडत जाते. पण त्यावर भाष्य मात्र लेखकाचं अपेक्षित असतं. आपण मौन राहून लेखक बरंच काही सुचवून जातात. पुढं काय झालं असेल, काय व्हायला हवं, अशी उत्सुकता वाचकाच्या मनात सतत जागती राहते.

इतर प्रसिद्ध साहित्य

'शेवटची मुदत', 'जग आणि लक्षात ठेव' (राष्ट्रीय पुरस्कार), 'मत्योराचा निरोप', 'आग' (दीर्घकथा); 'मरियासाठी पैसे', 'फ्रेंच भाषेचे धडे' आणि इतर.

रुदोल्फ + इओ = रुदोल्फिओ

ऑफिस सुटलं. रुदोल्फ घरी जायला निघाला. रोजच्याच बसनं. तीन स्टॉप्सचंच फक्त अंतर असल्यामुळं बसच्या गर्दीत बसायची तसदी तो कधीच घेत नसे. जसा स्टॉप जवळ आला, तसा तो दरवाज्यापाशी येऊन उभा राहिला. धक्काबुक्की सुरू झाली. एवढ्यात त्याच्या कानांवर मागून आवाज आला. +

"तुमचा स्टॉप. उतरता ना?"

त्यानं मागं वळून पाहिलं. आपली खट्याळ नजर रोखून एक मुलगी पाठोपाठ उतरत होती. रुदोल्फकडून आभाराचे शब्द ऐकण्याच्या अपेक्षेत ती झपाझप पावलं उचलू लागली.

"थँक्स. तुम्ही जर आठवण केली नसती, तर नक्कीच एखादा स्टॉप मी पुढं गेलो असतो." रुदोल्फ. मुलगी भारी आनंदली. या औपचारिक शब्दांनी तिला खूप तरतरी आली.

"मी किनई, तुम्हाला ओळखते."

"मला? पण ते कसं काय बुवा?" रुदोल्फ बुचकळ्यात पडला.

"तुम्हाला नाही माहीत? मी तर तुमच्या शेजारच्या इमारतीत राहते. आठवड्यातून कमीत कमी दोनदा तरी आपण याच बसनं घरी परततो. पण तुम्ही मात्र कधीसुद्धा माझ्याकडं लक्ष नाही दिलं."

रुदोल्फ नवलानं पाहात राहिला.

"तुमचं नाव काय हो?" मुलीनं विचारलं.

त्या चौकसपणानं आणि धिटाईनं रुदोल्फ भांबावून गेला होता. मुलगी शाळकरी वाटत होती. सांगावं, की न सांगावं, या विचारात त्यानं प्रतिप्रश्न केला.

"माझं नाव तुला कशाला माहीत व्हायला हवं?" यावर तिची बडबड पुन्हा सुरू.

"का? कुठं बिघडलं नाव विचारलं म्हणून? तुम्ही पुरुष म्हणजे हे असेच. तुमच्याशी एखादी मुलगी आपणहून बोलायला लागली, की तुम्हाला वाटतं..."

"काय वाटतं?" त्यानं मिष्किलपणानं विचारलं.

"तुम्हां पुरुषांना वाटतं, की ती मुलगी लगेच आपल्यावर फिदाच झाली."

"छे! छे! मला नाही तसं वाटत. माझं नाव रुदोल्फ. झालं समाधान?"

"काय म्हणालात? रुदोल्फ?" असं विचारून ती खो खो हसू लागली.

"हसायला काय झालं? कधी ऐकलं नाहीस हे नाव?" रुदोल्फ.

"ऐकलंय ना. एका सर्कशीत किनई, एका हत्तीचं नाव होतं - 'कॅप्टन रु-दो-ल्फ.' पण रागावू नकोस हं! मला वाटलं, तुझं नाव दुसरंच काहीतरी...." ती

सहजगत्या एकेरीवर आली.

"पोरकट आहेस झालं. वय काय तुझं?"

"माझं? सोळा."

"आणि माझं अठ्ठावीस. आता तुझं नाव सांगशील?"

"मी कशाला सांगू? तू ओळख की!"

"मला काय दुसरा उद्योग नाही?" रुदोल्फ त्रासिक सुरात म्हणाला.

"तडकू आहेस चांगलाच. सांगते. माझं नाव इओ."

"इओ? म्हणजे?"

"इओच. आमच्या राज्यात असं नाव असतं."

एवढ्यात तिचं घर आलं. फाटकातून आत शिरण्यापूर्वी तिनं पुन्हा एकदा रुदोल्फला छेडलंच.

"रुदोल्फ, तुझा टेलिफोन नंबर सांगतोस?"

"कशाला?"

"घाबरतोस?"

"छट्. मी कशाला घाबरू? पण तू आता घरी जा. अंधार झालाय." - त्यानं दटावलं.

"जाते. पण पुन्हा बसमध्ये भेटलास तर ओळख तरी दाखवशील ना?"

"हो. पण आता तू घरी जा." असं म्हणून तो आपल्या फाटकाकडं वळला.

दोन दिवसांनी तो कामासाठी परगावी गेला. आणि काही दिवसांनी परतला. घरात शिरताच त्याच्या पत्नीनं लगेच सांगितलं,

"एक कोणीतरी मुलगी तुला सारखा फोन करते आहे."

"कोण मुलगी?"

"मला काय माहीत? मला वाटलं, तुझ्या ओळखीची आहे. वैताग आणला तिनं. किती वेळा म्हणून फोन करावा?" "असेल कोणीतरी -" म्हणून रुदोल्फ आंघोळीसाठी गेला. तेवढ्यात फोनची बेल वाजली. पत्नीचा त्रासिक सूर त्याला बंद दरवाज्यातूनही ऐकू येत होता.

"हो. आलाय परत. आंघोळीला गेलाय. मेहेरबानी करून थोड्या वेळानं फोन करा."

रात्री प्रवासानं थकून त्यानं अंथरूणाला पाठ टेकली न टेकली, एवढ्यात पुन्हा फोन खणखणला.

"रूऽऽऽदिक."

"आपण कोण?"

"अरे, मी इओ. रूऽऽऽदिक. 'ती' कोण आहे रे?"

"माझी पत्नी."

"मग तू मला आधी सांगितलं का नाहीस, तुझं लग्न झालंय, म्हणून?"

"मला गरज नाही वाटली आणि पहिल्या भेटीत माणसं आत्मचरित्रं सांगत नाहीत." रुदोल्फ.

"असू दे. असू दे. पण रूऽऽऽदिक, तुझं प्रेम आहे तिच्यावर?"

"हे पहा, इओ, फाजिलपणा पुरे झाला. आहे प्रेम. पण पुन्हा मला फोन करायची तसदी घेऊ नकोस. समजलं?" असं म्हणून त्यानं रिसीव्हर आपटला.

पाचच मिनिटं झाली असतील, पुन्हा बेल वाजली.

"रूऽऽऽदिक."

"हं. आता पुन्हा काय?" रुदोल्फ.

"नाही, काही विशेष नाही. सांगायचं एवढंच. की तू डरपोक आहेस. अरे, तू तिला कशाला घाबरतोस? आपण दोघं आहोत आणि ती तर एकटीच. ती आपलं काय वाईट करू शकते?"

"मी फोन ठेवतो. इओ."

"ठीक आहे. पण तू 'तिच्याशी' बोलायचं नाहीस. कबूल?"

"नाही बोलत. पण कृपा करून माझा पिच्छा सोड." त्यानं फोन ठेवला.

"ही इओ. एक शाळकरी मुलगी आहे. बसमध्ये माझ्या बरोबर असते. अभ्यासात काही अडचणी आहेत म्हणते." त्यानं पत्नीला स्पष्टीकरण दिलं.

"मग? केलीस तिला मदत?" पत्नीनं विचारलं.

"नाही गं. गणित सोडून युगं लोटली. आता काही लक्षात नाही." असं म्हणून त्यानं उशीत डोकं खुपसलं.

पहाटे पहाटेच त्याची गाढ झोप पुन्हा चाळवली.

"तुम्हाला कोणता नंबर हवाय?"

"रूऽऽऽदिक. अरे, तुझाच नंबर."

"तू कोण मुलगी आहेस, की हैवान?"

"असं रे काय करतोस? अरे, मी तुझ्यासाठी आणि आपल्या दोघांसाठी एक नवीन नाव हुडकून काढलंय."

"ते कशाला? शाळेचा अभ्यास होत नाही...!" त्याचा राग तिळमात्र कमी झाला नव्हता.

"असू दे. पण आजपासून तूही रुदोल्फिओ आणि मीही रुदोल्फिओ; म्हणजे रुदोल्फ अधिक इओ. समजलं?"

विजयी सुरात इओ म्हणाली.

"समजलं, पुढं काय? आणि ही काय फोन करण्याची वेळ झाली.?"

या रागापुढं मात्र ती हताश झाली. पण क्षणभरातच पुन्हा धिटाईनं म्हणाली, "सकाळी भेटतोस ना आठ वाजता, स्टॉपवर?"

"नाही. ते शक्य नाही." रुदोल्फ.

"का रे? रागावलास वाटतं?"

"तुला सगळं सांगितलंच पाहिजे का? आज मी रजा घेतली आहे." त्यानं सुटकेचा निश्वास टाकला.

"ए! 'तिनं' पण रजा घेतलीय?"

"मी फोन ठेवतो, इओ. पण तू मात्र शाळा चुकवू नकोस."

आता झोप येणं शक्यच नव्हतं. तो चहा करण्यासाठी आत गेला.

दुपारचे दोन वाजले होते. हिवाळ्यामुळं दुपारीही गारठा जाणवत होता. त्यानं घरातील फरशा पुसायचं ठरवलं. दारावर टकटक झाल्याचा त्याला भास झाला. काही वेळ गेला. पुन्हा टकटक. त्यानं दार उघडलं. दारात इओ.

"तू? आणि आत्ता?"

"मी पण शाळेला दांडी मारली. तू घरात एकटाच, की....?"

तो थक्क झाला. या मुलीला म्हणावं तरी काय?

"दांडी मारलीस होय? बैस तिथं. हवं तर कोट काढून ठेव. मी एवढं काम संपवतो."

"कोट ...मी नाही काढून ठेवू शकत."

"का?"

"मला किनई, भीती वाटते."

"कसली?"

"तू...पुरुष आहेस ना?"

"छान. म्हणजे मी एकटा असताना आपणहून हजर झालीस, तेव्हा नाही भीती वाटली?"

"रुदोल्फिओ, आता माझी खात्री पटली. तू गृहस्थाश्रमात सुखी नाहीस."

"हे तुला कोणी सांगितलं?"

"सांगायला कशाला हवं? सुखी असतास, तर फरशा पुसायची वेळ नसती आली." इओनं गणित मांडलं.

"तुझं डोकं नको तिथं चालतं आणि शाळेचा अभ्यास, तो मात्र जमत नाही." तो पुटपुटला.

"मग तू सुखी आहेस असं तुला म्हणायचंय का ? म्हण की. पण मला ते पटलं पाहिजे ना?"

"हे बघ, मला काहीच म्हणायचं नाही." त्यानं तिला टाळण्याच्या उद्देशानं म्हटलं.

इओ जायला निघाली.

"मी जाते, पण 'तिला' मात्र सांगू नकोस हं! मी आले होते म्हणून!"

"ठीक आहे. पण इथून मात्र शाळेतच जा."

ती बाहेर पडली. काही दिवस गेले. एकदा संध्याकाळी रुदोल्फ फिरायला बाहेर पडला. परत येत असताना एका मध्यमवयीन बाईनं त्याला थांबवलं.

"नमस्कार. माफ करा. आपण रुदोल्फिओ का?"

"नमस्कार. मीच रुदोल्फ."

"मी इओची आई. गेले काही दिवस माझी मुलगी सतत आणि फक्त तुमच्याविषयीच बोलत असते. मला वाटतं, आपण विवाहित...."

"हो. आलं लक्षात. पण आमच्या या तथाकथित मैत्रीचा बाऊ करण्याचं काहीच कारण नाही. तुमची मुलगी थोडी अल्लड आहे. जरा जास्तच म्हणेन मी. पण मीही वडील माणसाच्या दृष्टीतूनच या नात्याकडं पाहतो. तुम्ही निर्धास्त राहा." तो समजावणीच्या सुरात बोलला.

"नाही. मला तुमच्याविषयी काहीच म्हणायचं नाही. पण इओ जरा विक्षिप्त आहे. शिवाय हे अर्धवट वय. अखेर आईचं काळीज आहे. उद्या तिनं भलतंसलतं काही करून ठेवलं म्हणजे? शिवाय तिला कोणी समवयस्क मित्र-मैत्रिणीही नाहीत." आईनं भीतीला वाचा फोडली.

"हे मात्र 'ठीक' नाही."

"हे मलाही पटतं. मला वाटतं, तुम्ही तिला चार समजुतीच्या गोष्टी सांगू शकाल?"

"अवश्य. जरूर बोलीन मी तिच्याशी. पण तुम्ही उगीच एवढी काळजी करता. बरंय, येतो मी," असं म्हणून तो घराकडं वळला.

घरी येताच त्यानं लगेच इओला फोन केला. तिला कोण आनंद झाला! त्यानं बोलावताच पडत्या फळाची आज्ञा घेऊन इओ निघाली. पाचच मिनिटांत हजर झाली. खुर्ची घेऊन आरामात बैठक मारली. बोलायला सुरुवात तिनंच केली.

"रुदोल्फिओ..."

"बोल."

"एक सांगू? तुझी बायको म्हणजे अगदी कशीतरीच अगदी म्हणजे फारच... ओंगळ आहे."

"का...य?"

"म्हणजे असं की ती अगदी मूर्तिमंत मेषपात्र आहे. व्वा! काय झकास शब्द मिळाला!"

"कुठं सापडले तुला हे शब्द?"

"आपल्या थोर रशियन भाषेत."

"असं बोलू नये, इओ."

"इओ नाही. रुदोल्फिओ."

"ओ. के. ओ. के. रुदोल्फिओ."

"अरे, मी तुला काल-परवा फोन केला होता. आणि सापडले की तिच्या तावडीत, ही बया म्हणते कशी? जर अभ्यासात अडचणी असल्या, तर शिक्षकाला विचाराव्यात. तुला सांगू, ती कुचकी जळतेय माझ्यावर."

"मला नाही वाटत. काढून टाक हे खूळ डोक्यातून."

"पण तू सांग, मी तिच्यापेक्षा नक्कीच देखणी आहे की नाही? सांग ना?"

त्यानं उत्तर द्यायचं टाळलं आणि खिडकी बाहेर पाहू लागला. तिनं त्याच्या मौनाचा अर्थ स्वत:च्या सोयीप्रमाणं लावला आणि धिटाईनं पुढं सरसावली –

"रुदोल्फिओ, मला वाटतं, तू आता तिच्याशी घटस्फोट घ्यावास."

"हे बघ, ही मूर्खासारखी बडबड ताबडतोब थांबव, ती थांबवलीच पाहिजे. मी गप्प बसतो, म्हणून तू चांगलीच शेफारलीस. कुणी तुला एवढी मुभा दिली बोलायची?" त्यानं रुद्रावतार धारण केला.

"पण मी मूर्खासारखं काय बोलले? फक्त ती तुझ्या मानेवरची धोंड आहे, एवढंच..."

"तू गप्प बसतेस, की..." रुदोल्फ आणखीनच भडकला.

"राहिलं. मला काही तुला दुखवायचं नव्हतं." बोलता-बोलता तिनं मोठ्यानं गळा काढला.

"बस्स, बस्स. कांगावा पुरे झाला," रुदोल्फ ओरडला. इओ शांत झाली. लगेच जायला निघाली.

"हे बघ, मी चालले. पण आज मी तुझ्याकडे आले नाही, आणि आपण काही बोललो नाही. ठीक आहे! इथून पुढे मी फक्त फोनवर बोलीन."

"हुं" त्यानं उत्तर दिलं नाही.

दहा मिनिटांनीच पुन्हा फोन खणखणला –

"रुदोल्फिओ."

"हं!"

"दस्विदानिया," त्यानं सुटकेचा निश्वास टाकला. त्यानंतर तो गावाला गेला तो दोन-तीन आठवड्यांनी परत आला.

आणि एक दिवस अचानक पुन्हा इओची बसमध्ये भेट झाली. तो तिच्या मागंच उभा होता. त्यानं हळूच म्हटलं.

"हॅलो इओ."

इओचे डोळे लकाकले. तिनं तत्क्षणी मागं वळून पाहिलं.

"इओ नाही, रुदोल्फिओ. हॅलो. तू कुठं गेला होतास?"

"बाहेरगावी. काही दिवसांपूर्वी परतलो."

बसमध्ये माणसांची एकच दाटी उसळली होती. माणसं धक्के देत होती. इतके की, दोघांना एकमेकांना खेटून उभं राहायची वेळ आली. तिचं डोकं त्याच्या हनुवटीला भिडलं. त्यानं मान उंचावून नजर दुसरीकडं वळवली.

"रुदोल्फिओ, मला बऱ्याच दिवसांपासून तुला काही सांगायचंय."

"सांग ना. मी ऐकतोय."

"मला तुझी फार फार आठवण येते. अगदी नको इतकी."

"चल, वेडी आहेस. तुला माझ्यापेक्षा चांगला माणूस भेटेल. तुझं सगळं आयुष्य पुढं आहे."

"पण 'तो' तू नसशील ना? तुला घरी जायची घाई आहे?" त्यानं मानेनंच 'नाही' म्हटलं.

दोघं बसमधून उतरून रस्ता ओलांडून नदीकाठच्या दिशेनं चालू लागली. तिनंच आपला हात त्याच्या हातात गुंतवला.

दोघं वाळूत येऊन बसली. इओ बोलू लागली.

"रुदोल्फिओ, आज मला तुझ्याकडं काही मागायचंय." त्याच्या चेहऱ्यावर थोडं आश्चर्य, थोडी भीती उमटली.

"मला तुझ्या ओठांचा स्पर्श हवाय."

त्यानं काही न बोलता तिच्या गालांवर ओठ ठेवले.

"असं नाही. खरंखुरं." इओ म्हणाली.

"ते मात्र मी नाही देऊ शकत."

"का?"

"कारण त्यासाठी नातंही तसंच खरंखुरं लागतं."

"आणि मग मी? माझं नातं? ते खरं नाही?" आता इओ इरेला पेटली. इतकी की, तो दचकलाच. दुसऱ्याच क्षणी त्याच्या डोळ्यांपुढे सहस्र काजवे चमकल्याचा भास झाला. पण तो भास नव्हताच. तिनं त्याच्या गालावर एक सणसणीत चपराक ठेवून दिली होती. तत्क्षणी पाठमोरी होऊन ती पळत सुटली. रुदोल्फ जागीच बसून राहिला. सुन्न, हताश, स्वत:वर संतापलेला.

त्यानंतर एक दिवस अचानक पहाटेच इओच्या आईचा फोन आला.

"माफ कर, पण वेळच अशी आहे..."

"का? काय झालं?" त्यानं अर्धवट झोपेत विचारलं.

"काल रात्री इओ झोपायला घरी नाही आली. आजवर असं कधी झालं नाही."

असं म्हणून ती हुंदके देऊ लागली.

"हे पाहा. तुम्ही आधी शांत व्हा. गेली असेल एखाद्या मैत्रीणीकडं. थोडा वेळ वाट पाहू आणि मग जाऊ हुडकायला. पण तुम्ही रडू नका." रुदोल्फनं फोन खाली ठेवला.

अर्ध्या तासातच पुन्हा तिच्या आईचा फोन आला.

"इओ आताच घरी आली. तुम्ही जरा येता का? तिचा अवतार काही बरा दिसत नाही."

लगेचच तो इओच्या घरी हजर झाला. आईनं भेदरलेल्या अवस्थेत तिच्या खोलीकडं बोट दाखवलं. इओ समोर होती. गुडघे पोटाशी धरून, केस विस्कटलेले, नजर हरवलेली. जणू खिडकीबाहेरच्या अंधारात काही हरवलेलं हुडकत होती.

"रुदोल्फिओ" त्यानं हाक मारली.

तिनं मान वळवून पाहिलं; पण पुन्हा मान फिरवली.

"रुदो..."

"चूप बस." इओ कडाडली. "अरे, तू कसला रुदोल्फिओ?

तू तर अगदी सामान्य, नगण्य, अगदी फडतूस रुदोल्फ आहेस. माझा रुदोल्फिओ तू नव्हेसच."

हा घाव तर फारच जिव्हारी लागला त्याच्या. लगेचच निघायला हवं होतं, पण तिच्या आईचा विचार करून तो म्हणाला, "ठीक आहे... समजलं. पण कुठं गेली होतीस, ते तरी सांगशील?"

"सांगू? ऐकायचंय? मी गेले होते मसणात. शेण खायला. तूही तिथेच जा. निघ. चालता हो," तिनं पुन्हा गुडघ्यांत डोकं खुपसलं.

काही न बोलता तो दरवाजाकडे वळला. तिची आई खाली मान घालून उभी होती. त्यानं क्षणभर तिच्याकडं पाहिलं, पायात वहाणा सरकवल्या, जिना उतरून खाली आला. समोर पाहू लागला. पण कोणतीच दिशा दिसेना! साऱ्या वाटा धूसर होत अंधाराला जाऊन मिळालेल्या. आशेचा किरणही कुठं लुकलुकत नव्हता. उजाडू लागलं होतं खरं, पण सकाळची वाट पाहण्यातही अर्थ नव्हता. कारण आजवर भावणारी तिची ती नितळ पावलं आज काजळीनं माखून गेली होती. कायमचीच...

***

अवलूचे बाबा

चिंगीझ ऐतमातव

मूळ कथालेखक – चिंगीझ ऐतमातव

सोविएत किरगिझिया प्रजासत्ताकातील अतिशय लोकप्रिय, मान्यवर साहित्यिक. त्यांनी लिहिलेली लघुकथा असो, दीर्घकथा वा कादंबरी, एकदा ती पूर्ण झाल्याशिवाय खाली ठेवणे कठीण असते, एवढा हुकुमी प्रभाव चिंगीझ यांच्या लेखणीत आहे. अतिशय बोलके संवाद, सुंदर, समर्पक शब्दरचना आणि वाचकाची उत्सुकता शेवटपर्यंत कायम ठेवण्याची हातोटी– ही सारी त्यांच्या लिखाणाची वैशिष्ट्ये होत. त्यांच्या कथेतील प्रत्येक व्यक्तिरेखा महत्त्वाची असते.

आपली मायभूमी किरगिझिया येथील मनोहारी निसर्ग-चित्रणे व त्या मातीत जन्माला आलेल्या व्यक्तींची अलौकिक चित्रणे प्रथम मातृभाषेत व नंतर रशियन भाषेत आणण्याची चिंगीझ ऐतमातव यांची मोलाची कामगिरी आहे. एक समर्थ सोविएत संसद-सदस्य म्हणूनही त्यांचे नाव आहे.

इतर प्रसिद्ध साहित्य

'जमिल्या', 'पहिला शिक्षक', 'आईचं शेत', 'पांढऱ्या शिडांचं जहाज', 'समुद्राच्या कडेनं पळत जाणारा करड्याशा रंगाचा कुत्रा', 'हिमवादळातील रेल्वे-मार्गावरील

थांबा', 'फाशीची अंधारी खोली' (कथा, दीर्घकथा, कादंबऱ्या) इ.

अवलूचे बाबा

अवाल लहान होता वयानं. फार नाही, असेल पाच-एक वर्षांचा... आईबरोबर राहायचा. त्याचे वडील तो खूप लहान असतानाच वारले. त्यांना तो नेहमी फोटोतच पाहायचा. एरव्ही आईकडून खूप ऐकायचा त्यांच्याविषयी. त्याचे वडील युद्धात मारले गेले होते. त्या फोटोतही ते सैनिकाच्या गणवेषातच उभे होते.

त्याच्या घरापासून काही अंतरावरच एक छोटंसं तंबूवजा घर होतं. तिथं लोकर कापायला मेंढ्या आणल्या जायच्या. इथं अवाल नेहमी आईबरोबर यायचा. तिचं नाव जिंगुल. ती टेलिफोन ऑपरेटरचं काम करायची. मुलाला वाढवायचं तर तिची तुटपुंजी कमाई अपुरी पडायची. म्हणून दर वर्षी उन्हाळ्यात लोकर कापण्याच्या हंगामात इथं मजुरीचे पैसे मिळवण्यासाठी म्हणून यायची. अशा वेळेस ती आपली वार्षिक रजा उपयोगात आणायची. सुट्टीच्या अगदी शेवटच्या दिवसापर्यंत काम करीत राहायची. काम तसं वाईट नव्हतं. शिवाय केलेल्या कामाचं मोलही मिळायचं. बोलून चालून ती एका सैनिकाची विधवा. प्रत्येक पैसाठी धडपडायची. कुटुंब लहानच. इन-मिन माणसं. पण तरी ते कुटुंबच. मुलाचा विचार होता. त्याच्या भविष्याची चिंता, शिक्षणाचीही. त्याचे कपडे, त्याची पुस्तकं हे सारं ओघानं आलंच. वाढत्या वयाचं मूल घरात असलं, की कोणताही खर्च पाहुण्याच्या रूपानं दार ठोठावू शकतो.

कुठंही गेली तरी जिंगुल मुलाला बरोबर न्यायची. कारण घरी त्याच्याकडं लक्ष द्यायला दुसरं कुणी नव्हतं. तो दिवसभर खेळत राहायचा. त्याच्या बरोबरीची मुलंही तिथं खूप. आई कामात असली, तरी हा मित्रांच्या कंपूत छान रमायचा. गुराख्यांची कुत्रीही बरीच असायची. तेवढं त्याला पुरे व्हायचं.

एक दिवस अगदी सकाळी-सकाळी त्यानं पाहिलं. फिरता सिनेमा येऊन दाखल झाला होता. ही बातमी पोटात तर ठरेना. तत्क्षणी ओठावर आली. अर्ध्या पावलांवर दुडक्या उड्या मारत तो पळत सुटला. धापा टाकत, हातवारे करत सर्वांना सांगू लागला –

"अरे इकडे या, सगळे लवकर या, आपल्याकडं सिनेमा आलाय. सिनेमा! पाहा तरी." धावत पळत इकडं तिकडं हिंडून त्यानं सर्वांना ही बातमी दिली. पुन्हा 'त्या' सिनेमाच्या गाडीपाशी येऊन उभा राहिला.

संध्याकाळी कामाचा दिवस संपला. अंधाराचे ठिपके गडद झाले, तेव्हा सिनेमाला सुरुवात झाली. अवालला दुसरं-तिसरं काहीच सुचत नव्हतं. सिनेमा,

सिनेमा आणि सिनेमा. आईनं जेवायला बोलावलं, तरी त्याला भूक लागली आहे, असं मुळी वाटेचना! अखेर सिनेमा सुरू झाला. धारातीर्थी पडलेल्या एका शूर सैनिकाची ती कहाणी होती.

तो आईबरोबर सर्वांत मागे बसला होता. काढलेल्या लोकरीचे ढीग अजून तसेच होते. त्यावर बसून सिनेमा अगदी छान दिसत होता. पण त्याला मात्र उठून जाऊन पुढच्या रांगेत सर्वांत पुढं बसायचा मान, तोही फक्त त्यालाच मिळायला हवा होता. तो जायला उठणार, एवढ्यात आईनं त्याच्या सदऱ्याला धरून मागं खेचलं.

"किती वेळा बसशील? कितीदा उठशील? जरा एक जागी बैस पाहू." असं म्हणून बळेबळेच तिनं आपल्या मांडीवर बसवून घेतलं.

सिनेमाला सुरुवात झाली. माणसं श्वास रोखून पाहात होती. आई मधून-मधून उसासे टाकीत होती. एकदम दचकायचीही. तशी लगेच अवालला आपल्या जवळ ओढून घ्यायची. छातीशी अगदी घट्ट धरून ठेवायची.

खरं तर सिनेमाचा विषय एवढ्या लहान मुलांना समजेल, असा नव्हता. अवालला अधूनमधून गोळीबाराचे आवाज ऐकून भीतीही वाटायची. पण शत्रूचा सैनिक मरून खाली पडला, की त्याला कोण आनंद व्हायचा! वाटायचं, अस्सं उठावं आणि जोरजोरात टाळ्या पिटत सुटावं. पण बाकी सारे शांत बसून फक्त सिनेमा पाहात होते. त्यामुळं त्याचा नाइलाज झाला. पण आपला सैनिक खाली पडला, की त्याला वाटायचं, तो खोटं खोटं मरून पडला आहे. तो आता उठेल आणि पुन्हा उभा राहील.

त्याला वाटलं, की हे लुटुपुटीच्या लढाईसारखंच आहे. आपण खेळतो तसंच. एक खाली पडला, की दुसरा उठून उभा राहतो. असं तर काय, मीही खाली पडून दाखवू शकतो. त्यात काय मोठंसं? एवढ्यात त्यानं पाहिलं, खूपसे सैनिक एकदा खाली पडले, की पुन्हा उठतही नाहीत. तसेच पालथे नाही तर उताणे पडून राहतात.

कहाणी पुढेपुढे सरकत राहिली. आता पडद्यावर नवे सैनिक दाखल झाले. एकूण सात जण होते. त्यांच्यापैकी एक अगदी रशियन वाटत होता. पण त्यानं फारसं लक्ष नाही दिलं. एवढ्यात, त्याच्या आईनं त्याच्या गालाला गाल घासत अगदी हळू आवाजात म्हटलं,

"अवलू, ते पाहा तुझे बाबा!"

"माझे बाबा? कुठे आहेत?" त्यानं न राहवून मोठ्यानं विचारलं.

त्यानं पाहिलं, त्याचे बाबा अगदी तरुण होते. हसायचेही अगदी अवलूसारखेच. डोळेही त्यांचेच. मोठी गंमत वाटली त्याला. मी एवढा छोटा, बाबा एवढे मोठे, तरीही माझ्यासारखेच कसे?

"आई, नक्की हेच का बाबा?" पुन्हा त्यानं मोठ्यानं विचारलं.

"हो."

"पण तुला कसं माहीत?"

"शूशूशू. गप्प बैस आता! किती मोठ्यानं बोलतोस?" त्यानं आवाज खाली आणला.

"पण तूच तर म्हणालीस, की..."

"हो, म्हटलं तेच. पण मुकाट्याने बैस. बाकीच्यांना त्रास नाही का होत?"

आता ते बालमन बुचकळ्यात पडलं. पण ती असं का म्हणाली? तिला काय माहीत, हेच माझे बाबा म्हणून? कदाचित तिला आपल्या खऱ्या बाबांची आठवण झाली असावी. पण नाही, ज्या अर्थी आई सांगते, त्या अर्थी हे खरंच असलं पाहिजे.

आणि तत्क्षणी त्याचं अनाथपण संपून गेलं. आजपर्यंत अनोळखी असलेला हा आनंद त्याच्या अभिमानाचा विषय होऊन बसला. नाही तर शेजारची मुलं नेहमी त्याला चिडवायची. 'वडील नाहीत' म्हणून. त्याच्या हाताच्या मुठी वळू लागल्या. आता दाखवतोच एकेकाला. बघा म्हणावं माझे बाबा! किती शूर आहेत! नाही तर तुमचे. एकाला तरी अशी बंदूक हातात धरता येते का? त्याला वाटलं, ही मुलं नेहमी वडिलांबरोबर. कधी त्यांच्या हाताला धरून, तर कधी खांद्यावर बसून. आपल्यालाही असं जाता येईल का? आईला विचारलं पाहिजे. पण नंतर. नाही तर पुन्हा रागवेल.

त्या गावात लहान मुलं खूप होती. पण गंमत अशी, की मोठी माणसं नेहमी विसरायची, कुणाचं नाव तर कुणाचं आडनाव. त्याला खूपदा विचारायचे.

"नाव काय रे तुझे?"

"अवालबेक."

"कुणाचा म्हणायचा रे तू?"

"मी शूर शिपायाचा मुलगा."

"कोणत्या शूर शिपायाचा?"

"मी शूर शिपायाचा मुलगा."

त्यांच्या लक्षात नाही यायचं. पण असं उत्तर द्यायला त्याच्या आईनंच त्याला शिकवलं होतं आणि आजीनंही.

"हां. हां. आलं लक्षात. तू त्या जिंगुलचा टेलिफोन ऑपरेटरचा, तर...?"

"मी शूर शिपायाचा मुलगा."

शेवटी मंडळी शरण यायची.

"अस्सं होय? अरे व्वा! आम्ही कसं नाही ओळखलं बुवा? पण तू रागवू नकोस. आम्ही डोंगरदऱ्यांत काम करणारी माणसं. शिवाय तुमच्यामध्ये नेहमी कुणी

ना कुणी नवा छोकरा असतोच, शिवाय आम्ही म्हातारी मंडळी. कशी लक्षात ठेवावी साऱ्यांची नावं? आता मात्र नाही विसरणार हं! तू शूर शिपायाचा मुलगा. असंच ना?''

''हो, असंच.''

मग चालता चालता ही माणसं खूप वेळ आपसांत कुजबुजत राहायची. हा कोण शूर शिपाई असावा? मग कुणाला तरी आठवायचं. तो-तक्तूसोम असावा. अगदी मिसरूड फुटता फुटता सैन्यात दाखल झाला होता. पण परत नाही आला. हा त्याचाच मुलगा असावा. त्या वेळी अगदी तान्हा होता. तरी बरं, मागं वंशाचा दिवा तरी राहिला. नाही तर कित्येकांनी जात्यापावलीच निरोप घेतला होता. कायमचाच. मागं कोणतीही निशाणी न ठेवता.

अवाल वाट पाहू लागला. कधी एकदा सिनेमा संपतो आणि कधी एकदा मित्रांना सांगतो; असं त्याला झालं! त्याला चांगलं आठवलं, ते सिनेमातील आणि घरातल्या त्या फोटोतील बाबा – यांच्यात केवळ काही साम्यच होतं असं नाही, तर त्या दोन्ही व्यक्ती एकच होत्या! आज घरी गेल्यावर पुन्हा एकवार तो त्या फोटोकडं निरखून पाहणार होता. पण बाबा पहिल्यांदा भेटले, ते असे सिनेमात का भेटले? कदाचित, त्यांच्याही मनात असावं, की आपल्या मुलानं आपल्याला नुसतं फोटोत न पाहता असा काही जिवंत पराक्रम करताना पाहावं. या गोष्टीचं गांभीर्य कळताच लढाई हा लुटुपुटीचा खेळ त्याला वाटेनासा झाला. त्याला कळून चुकलं, हे जे सैनिक खाली पडतात, ते पुन्हा कधीच उठत नसावेत आणि म्हणूनच ते असे 'फोटोतील बाबा' होऊन येत असावेत. कशासाठी म्हणून माणसं अशा लढाया, मारामाऱ्या करीत असावीत? केवळ अशा वेडेपणामुळंच नंतर बाबा फोटोत हुडकावे लागतात.

थोड्या वेळानं त्या सिनेमात रणगाडे दिसू लागले. भोवती धुमश्चक्री चालू होती. सैनिक हळूहळू कमी होताना दिसत होते. त्याला समजेना, हे गेले तरी कुठे? शेवटी दोनच सैनिक उरले. त्याचे बाबा आणि दुसरा एक. एवढ्यात कसला तरी जाळ झाला. पुन्हा अंधार. मग ठिणग्याच ठिणग्या. दोघंही खाली पडले. एवढ्यात त्यातला एक जण उठून उभा राहिला आणि रणगाड्याकडं जाऊ लागला. तेच त्याचे बाबा. त्यांच्या हातात हातबॉंब होता.

अवालच्या आईनं त्याचे हात हातात घट्ट धरून त्याला एवढ्या आवेगानं छातीशी कवटाळलं, की तो जवळजवळ गुदमरलाच. तिच्या तोंडून 'हाय' बाहेर पडली. त्याचे बाबा खाली पडले. एखादं झाड उन्मळून खाली पडावं, तसे ते खाली कोसळले. त्यानं झटक्यात आईच्या हाताचा विळखा सोडवला. त्याला वाटलं अशीच धाव घ्यावी. पडद्यात शिरावं आणि हात देऊन बाबांना उठवावं. कारण बाबा

उठण्यासाठी धडपड करीत होते. त्यांना कुणीतरी हात द्यायला हवा होता. तो उठून उभा राहिलाही... पडद्याकडं धाव घेणार, इतक्यात...

सगळीकडे दिवे लागले. खेळ संपला होता. माणसं उठून डोळे चोळत जायच्या तयारीला लागली. बहुधा खऱ्या जगाला सामोरं जाण्याची तयारी करत असावीत.

सारी माणसं उठलेली पाहताच अवालनं पडद्याकडं धाव घेतली. आपल्या सर्व मित्रांकडं वळून पाहत तो जवळजवळ किंचाळलाच –

"अहमद! मन्सूर! मुराद! इल्या! अरे, तुम्ही पाहिलंत? ते माझे बाबा होते. अगदी शेवटी खाली पडले, तेच! तुम्ही पाहिलं ना? पण माझ्या बाबांना शेवटी कुणीतरी खाली पाडलं आणि मारून टाकलं."

कोणाच्याच लक्षात येईना, याला काय म्हणायचंय, ते. तेवढ्यात अवाल इकडून तिकडे पळत जाऊन पुन्हा पडद्यापाशी आला. विजयी सुरात गर्जना करीत... मित्रांच्या अगदी समोर येऊन उभा राहिला. त्यांचं मत माहीत होणं त्याला फार जरूरीचं वाटत होतं. कारण त्याला चिडवणारी मुलं – ती हीच होती. सगळीकडे शांतता पसरली. मोठं विचित्र वाटू लागलं. आनंदाचा हा जल्लोष कुणालाच समजेनासा झाला. त्याला वडील नाहीत, हे सर्वांना माहीत होतं. शिवाय, त्यानं त्यांना कधीही पाहिलेलं नाही, हेही ठाऊक होतं. सारे नुसतेच ऐकत उभे राहिले. कुणी नापसंतीनं खांदे उडवले.

अवाल अजूनही तेच तेच सांगत होता.

"अरे, असे बघता काय? ते माझे बाबाच होते. पण त्यांना कुणीतरी ढकलून खाली पाडलं आणि मारून टाकलं. म्हणून ते आता फक्त फोटोत मला भेटायला येतात."

लोकांचं मौन जसजसं वाढत होतं, तसातसा तो अधिकाधिक उत्तेजित होत होता. त्याला वाटलं, मला आनंद झाला, तसा त्यांना का नाही होत? माझे बाबा पडले, पण जाता जाता किती लोकांना मारून गेले. त्याचं कुणाला, काहीच कौतुक नाही?

तेवढ्यात, शेजारचा एक मित्र म्हणाला.

"ॲहॅरे! वेडपट कुठला! ते कसे तुझे बाबा? तो तर नट होता. फक्त नट. ओरडतोस कशाला? तो फक्त सिनेमात खाली पडला. पण अजून तो जिवंतच आहे. तुझे बाबा मात्र खरोखरच मारले गेले."

"नाही, ते बाबाच होते."

"तो नट होता. विचार कुणालाही."

"नाही, ते माझेच बा..." अवालला आता मात्र रडू फुटलं. काही मोठ्या माणसांना वाटलं, याला असं वाटतं, तर वाटे ना का! कशाला त्याला दुखावतोय

हा? चुकून कुणी खरं सांगून गेलं तर?

आता मात्र अवालला अपमान अनावर झाला.

"मी सांगतो. माझ्या आईनंच सांगितलं."

"कुठले, ते सांगशील?" शेजारचा तो मुलगा म्हणाला.

"सांगतो. त्यांच्या हातात बंदूक होती. ते असे पळत जात होते. शत्रूला मारण्यासाठी. पण त्यांना खाली पाडलं कुणीतरी. ते पडले."

"पडले? कसे पडले?" त्या मुलांनं पुन्हा त्याला डिवचलं.

"हे असे पडले. हातबाँब घेऊन ते असे चालत गेले..."

असं म्हणून तो साऱ्या हावभावांसहित ते शेवटचं दृश्य पुन्हा उभं करू लागला. अगदी तंतोतंत. क्षणात बंदुकीचा आभास करीत धावू लागे, तर क्षणात मरून पडल्याचं सोंग करून दाखवू लागायचा. शेवटी तोही खाली पडला. त्याच्या बाबांसारखाच.

बघ्यांना हसू फुटलं. पण अवाल मात्र अजून खालीच झोपलेला होता. जोपर्यंत त्याच्यावर कुणी विश्वास ठेवत नव्हतं, तोपर्यंत त्याला उठायचंच नव्हतं.

एवढ्यात एका बाईंनी अवालच्या आईला म्हटलं..

"अग, तुझं लक्ष कुठं आहे? आवर त्याला... पाहिलंस, त्याच्या काय माकडचेष्टा चालल्या आहेत, ते?"

हे ऐकताच अवालची आई पुढं झाली. अपमान तिचाही झाली होता. डोळे पाण्यानं काठोकाठ भरले होते. तिनं हाताला धरून त्याला उठवलं. आधी त्याचे डोळे पुसले. म्हणाली –

"चल अवलू, घरी जाऊ." त्याला कडेवर घेतलं आणि त्याच्या कानात पुटपुटली.

"मी तुला सांगितलं ना? तेच तुझे बाबा."

"मग तू या सगळ्यांना.." त्याचं बोलणं चालू असतानाच आईनं त्याला बाहेर आणलं.

त्या लहानग्या जीवाला त्या छोट्याशा आयुष्यात पहिल्यांदा जाणीव झाली, ती काहीतरी हरवल्याची. बाबा आता पुन्हा फक्त फोटोतच भेटणार होते. त्यांना कुणी असं मारून टाकावं, हे त्याला सहन होईना.

रात्री अंथरुणात पडल्यावरही तो हाच विचार करीत होता. आई शेजारीच होती. तीही गप्प. हलकेच आईला बिलगत त्यानं विचारलं.

"आई ग, ते खरंच माझे बाबा...?"

"हो. अगदी खरं."

"पण मग..? मग...?"

आईनं त्याला जवळ घेतलं. त्याच्या मऊ, रेशमी केसांतून हात फिरवत ती त्याला थोपटू लागली.

"त्याचं काय आहे अवलू की, खोट्यावर विश्वास बसायला वेळ नाही लागत. पण खऱ्याची अशी टर उडवावीशी वाटते लोकांना. कारण खूपदा त्याला सामोरं जायची ताकद नसते. पण मी तुला सांगते – ते खरंच तुझे बाबा होते. बाबाच होते. आणि खरेही होते. झोप आता...."

***

ठेव होती पृथ्वीमोलाची

नुरमुराद सरिखानव

मूळ रशियन कथालेखक – नुरमुराद सरिखानव

सोविएत तुर्कमेनियाचे श्रेष्ठ आणि मान्यवर लेखक. सरिखानव हे सेंट्रल एशियन कम्युनिस्ट विद्यापीठाचे पदवीधर होते. १९२९-१९३७ या काळात त्यांनी युद्धविषयक मासिके व पाक्षिके यांसाठी लेख व लघुनिबंध असे विपुल लिखाण केले. काही काळासाठी 'क्रास्नया आर्मिया' (रेड आर्मी) या वृत्तपत्राचे संपादकपदही सांभाळले. १९४२-१९४५मधील दुसऱ्या महायुद्धात त्यांनी सहभाग घेतला व युद्धभूमीवरच त्यांना अकाली वीरगती प्राप्त झाली. (१९४४)

त्यांच्या लिखाणात देशभक्ती, देशप्रेम यांचे पारदर्शी प्रतिबिंब पाहायला मिळते. निष्ठावान माणसे, त्यांनी उराशी बाळगलेली वेडी स्वप्ने, आवडीचा छंद आणि त्यासाठी कोणतीही किंमत द्यायची माणसाची तयारी, हे लेखकाच्या आवडीचे विषय होत.

इतर प्रसिद्ध साहित्य

'शुकूर बख्शी' (कादंबरिका), 'जावई', 'घरमालकाचा संताप', 'पांढरी पर्णकुटी', 'प्रकाशाच्या दिशेनं', 'स्वप्न', 'प्रेम', 'मेर गेम' (लघुकथा) आणि इतर.

ठेव होती पृथ्वीमोलाची

मी तुर्कमेनिया प्रांतातील एका दूर गावातील रहिवासी. एका पुरातन ग्रंथ संग्रहालयानं माझ्यावर एक अवघड कामगिरी सोपवली होती. जुनी, दुर्मिळ पुस्तकं गोळा करण्याची. याच कामाच्या निमित्तानं माझं नशीब मला दूरवर घेऊन आलं होतं. कराकुमव त्या जागेचं नाव. शेळ्यामेंढ्यांचा व्यवसाय करणारी ती एक लहानशी वस्ती होती.

माझ्या येण्यानं त्या गावातील लोकांचं कुतूहल जागं झालं. माझ्या येण्याचा हेतू सांगितला, तशी माझी राहण्याची व्यवस्था एका स्थानिक अधिकाऱ्याकडे केली गेली. आगासाहेब त्यांचे शेजारी होते. त्यांच्याकडे एक फार दुर्मिळ पुस्तक असल्याचं मला समजलं. अगदी मला हवं होतं तसंच. आगासाहेब जिवापाड जपायचे हे पुस्तक. एखादी पृथ्वीमोलाची ठेव सांभाळावी, त्याप्रमाणे.

मी लगबगीनं आगासाहेबांना भेटण्यासाठी निघालो. ते घरातच होते. आगासाहेब भारदस्त व्यक्तिमत्त्वाचे, भरगच्च दाढी राखलेले मध्यमवयीन गृहस्थ होते. मला त्यांनी बसायला जागा दिली आणि एखाद्या करारी पहारेकऱ्याप्रमाणे माझ्यावर नजर टाकून प्रश्नांची सरबत्ती सुरू केली. मी कोण, कुठला, व्यवसाय कोणता? कशासाठी आलो? इ. इ. माझ्या येण्याचा उद्देश समजताच ते काहीसे सुखावलेले वाटले. खुशीत येऊन, दाढी कुरवाळत मोठ्या प्रेमळ नजरेनं मला न्याहाळू लागले. पत्नीला पुस्तक आणून देण्यास सांगितलं. तिनं काही न बोलता ते भलंमोठं पुस्तक समोर आणून ठेवलं. एका भरजरी रेशमी कापडात गुंडाळलेलं. मोठ्या समारंभानं एखादं पदक हाती द्यावं, तसं ते पुस्तक तिनं पुढं केलं. आगासाहेब अजूनही माझ्यावर नजर रोखून होते. मी नजर वर करताच म्हणाले :

"तू स्वत:विषयी सांगितलेली सारी माहिती खरी असेल, तुझा व्यवसायही माहितीबरहुकूम असेल, तर मी काही न सांगताच तुला या पुस्तकाचं मोल कळावं."

पुस्तक मला हातातून खाली ठेववत नव्हतं. प्रत्येक पानावर जवळजवळ वीस ओळी होत्या. अक्षरांची गुंफण एवढी सुंदर, इतकी रेखीव की त्यापुढे कसबी कशिद्याची कारागिरीही फिकी पडावी. माझी नजर अधाशीपणानं त्या हस्तलिखितावरून फिरू लागली. थोडाफार मजकूरही मी न्याहाळून घेतला. ही अशी वस्तू होती, की ज्यासाठी माझ्या व्यवसायातील लोकांना कैक रात्री झोप नसायची. कितीही वणवण करावी लागली, तरी संकोच, भीड, कशाकशाचीही तमा न बाळगता एकामागोमाग एक दारं ठोठावत आम्ही पुढं जात असू. आणखी शंभर गावं पालथी घातली असती, तरी एवढा दुर्मिळ ठेवा हाती नसता लागला. मी स्वत:ला सावरलं. झालेला आनंद मला चेहऱ्यावर दिसू द्यायचा नव्हता. तरीसुद्धा आगासाहेबांच्या चाणाक्ष

नजरेनं मला झालेला हर्ष टिपलाच. आपल्या ठेव्याचं मोल ते पुरेपूर जाणून होते. उगीच नाही ते पुन:पुन्हा म्हणत राहिले.....

"यातील प्रत्येक शब्दाची किंमत दोन उंटांइतकी आहे. एक छदामही कमी नाही."

मला वाटलं, जरा यांची परीक्षा पाहावी. हस्तालिखितातील काही ओळी मी मुद्दाम मोठ्यानं वाचू लागलो. एक वाक्य पुरं होतं न होतं तोच ते पुढील काही वाक्यं म्हणून दाखवायचे. इतकंच नाही, तर दमदार, मोकळ्या आवाजात त्या पुस्तकातील एक कविताही त्यांनी म्हणून दाखवली. म्हणाले,

"कसं वाटतं? अं? आहे की नाही वेड लावणारा खजिना? जितकं अधिक वाचत जावं, तसतसा माणूस झपाटला जातो, अगदी वेडापिसा होतो. होतो की नाही?"

हे सगळं ठीकच होतं. पण ते हस्तलिखित काबीज करायचं कसं? आगासाहेब दाद देणारे नाहीत हे तर उघडच होतं. शिवाय त्यांच्या अर्धांगीचाही जीव त्यात गुंतलेला दिसत होता.

मी पवित्रा बदलला. पुस्तक उत्तमच आहे, पण मला त्याची तितकीशी निकड नाही, असं दाखवत संभाषणाची गाडी दुसऱ्या दिशेला वळवली. म्हटलं, "का हो, तुमच्या गावातील लोकांचा अमुदर्या नदीचा विस्तार कमी करून तिथं शेतीवाडी करण्याचा विचार आहे, असं ऐकलं. ते खरं का?"

आगासाहेबांनी काहीबाही उत्तर दिलं. पुन्हा त्या पुस्तकाचे गोडवे गाऊ लागले. आपल्याकडे काय संपदा आहे, आणि आपल्या हयातीत कधी हे पुस्तक विकायचा विचारही ते मनाला शिवू देणार नाहीत, इ. इ.

मी जायला निघालो, तो काही निश्चय करूनच. घरी येताच मी यजमानांशी बोलणी सुरू केली.

"या माणसाशी संवाद साधायचा तरी कसा? पुस्तक विकायला तर ते तयार नाहीतच पण तो विषयही काढू द्यायला तयार नाहीत."

"हे पाहा, मी तुला मार्ग दाखवला. आता इच्छित स्थळी पोचायचं कसं, हे केवळ तूच ठरवू शकतोस. माझा तुला या बाबतीत काहीच उपयोग होणं शक्य नाही –" असं म्हणून यजमानांनी आपलं अंग काढून घेतलं.

संध्याकाळी माझे पाय पुन्हा आगासाहेबांच्या घराच्या दिशेनं वळले. मला पाहताच त्यांचा चेहरा उजळला.

"ये. ये. मला खात्री होतीच. एकदा कुणी पुस्तक पाहिलं, की त्याला दुसरं काही सुचणं केवळ अशक्य आहे. तेव्हा तू असा कुणी नवलाईचा पहिला माणूस नव्हेस आणि अखेरचाही नाहीस," असं म्हणून त्यांनी पुन्हा ते पुस्तक बाहेर

आणलं. ते पाहताच माझा संयम ढळू लागला.

"आगासाहेब..."

"काय म्हणता, बोला."

"तुमच्याकडं हे पुस्तक खूप वर्षं असेल, नाही?"

"हो ना. चाळीस वर्षं!"

"काय म्हणता? चाळीस?"

"होय मुला."

"आता मला समजलं, की त्यातील ओळन् ओळ तुम्हाला कशी पाठ आहे ते." मी त्यांना हरभऱ्याच्या झाडावर चढवीत म्हणालो.

"केवळ ओळीच नाही, तर त्यातील शब्दन् शब्द मला पूर्णत: मुखोद्गत आहे. त्यातील सर्व कविता मी बिनचूक म्हणून दाखवू शकतो. त्या सर्वांचा भावार्थ माझ्या हृदयात कोरला गेला आहे."

"फारच छान!" मी जरा मोठ्यानंच बोलू लागलो. "म्हणजेच, आता या मूळ हस्तलिखिताची तुम्हाला तितकीशी गरज नसेल, नाही?"

तत्क्षणी आगासाहेबांनी करडी नजर माझ्यावर रोखली. माझ्या प्रश्नाचा रोख त्यांच्या लगेच ध्यानात आला होता. मीही गोंधळून गेलो, तरी श्वासाची लय स्थिर करीत नेटानं म्हणालो,

"तुम्ही सांगाल, ती किंमत द्यायला मी तयार आहे. काहीही करा, पण हे पुस्तक तेवढं मला विकत द्या."

म्हातारबुवा लगेच सावरून बसले. डोळ्यात काहीसा विचित्र भाव दिसू लागला. ते पाहताच त्यांची पत्नीही अस्वस्थ झाली. माझ्या हातातून ते पुस्तक जवळजवळ हिसकावूनच घेत त्यांनी तिच्या हातात दिलं आणि त्वरित ते जागेवर नेऊन ठेवण्याचं फर्मान सोडलं. नंतर माझ्याकडं वळून म्हणाले.

"सद्गृहस्था, आता तुला कोणत्या रीतीनं समजावून सांगू? हे पुस्तक आम्ही कधी विकू असं स्वप्नातदेखील आणू नकोस. तू ते मागणंदेखील फार संतापजनक आहे. पण तू पडलास पाहुणा. गोडीनंच सांगायला हवं. मात्र पुन्हा असं कधी बोलू नकोस. मी द्यायला तयार झालो असतो, तरी माझ्या पत्नीनं आडकाठी केलीच असती. अरे, एकदा तर भयाण दुष्काळ पडला होता. रोजच्या रोटीची चिंता होती, पण पुस्तक विकून पोटाची सोय करावी, असा विचारही मनाला शिवला नाही. शिवाय हे पुस्तक मिळवण्यासाठी आम्हांला कोण सायास पडले, याची तुला काय कल्पना असणार!

काही क्षण शांतता पसरली. मग स्वत:शीच बोलत असल्याप्रमाणे त्यांनी सुरुवात केली :

“तुला काय वाटतं, मी सारी कहाणी तुला सांगावी का? आजवर मी या गोष्टीची वाच्यता कुठे केली नाही. कारण लोकांनी मला वेड्यात काढलं असतं. आम्हां दोघांशिवाय कुणालाच..

“कसली कहाणी, आगासाहेब?” त्यांचं बोलणं थांबवीत मी विचारलं.

“ऐक तर.”

“चाळीस वर्षांपूर्वी जेव्हा मी पुस्तक मिळवलं, तेव्हा मी होतो साधा गुराखी. पुस्तक म्हणजे काय किंवा त्याचं मोल काय असू शकतं, याचा मला गंधही नव्हता. रीतीनुसार संसार थाटला, एक उंटीणही खरेदी केली. घरासाठी हिवाळ्यापूर्वी दाणा-पाणी गोळा करायला हवं होतं. त्याचसाठी मी घराबाहेर पडलो. उंटीणीच्या पाठीवर लोकरीचे भार लादले, कोळसाही भरला आणि निघालो. वाटेत एका ठिकाणी थांबलो. तिथं ओळखीचं कुणी नव्हतं. ज्यानं माझी लोकर आणि कोळसा खरेदी केला, त्याच्याच घरी वस्तीला राहिलो. ती एक श्रीमंत असामी होती. संध्याकाळी त्याला भेटायला येणाऱ्या माणसांची वर्दळ वाढू लागली. त्यात एका माणसाकडे माझं लक्ष गेलं. सारी मंडळी त्याचा उल्लेख “मुल्लासाहेब” असा करीत होती. “मुल्लासाहेब, काही वाचून दाखवा ना! फार मेहेरबानी होईल.” असं म्हणून त्यांनी एक हस्तलिखित त्यांच्या हातात ठेवलं. मुल्लासाहेबांनी खूप आढेवेढे घेतले, पण अखेर झाले एकदाचे तयार. आधी मध्यरात्रीपर्यंत हा जागर चालू होता. मी फक्त ऐकता ऐकता इतका गुंगून गेलो की, स्वत:लाही विसरलो. खूप वेळ माझं मलाच समजेना, ही विलक्षण मोहिनी कशाची बरं असावी? कोणी समोर बसलं आहे, कागदाकडं पाहून वाचत आहे आणि वाचता वाचता जणू काही आत्मकथन करीत आहे. पण अधिक कान देऊन ऐकावं, तर वाटायचं, आपल्यासाठी, आपलीच कहाणी कुणी सांगत आहे. किती साधे, सुलभ शब्द! सहजगत्या मनाला भिडणारे! एखाद्या पुस्तकाच्या ठायी एवढी शक्ती असू शकते? जीवनविषयक सार ते इतक्या सखोलतेनं सांगू शकतं? आणि तेही इतक्या अधिकारानं? वाटलं, जगात अशी कोणतीही संपत्ती नसेल, की जिच्यामुळं या पुस्तकाची किंमत करता येईल. आणि मी मनाशी खूणगाठ बांधली - जशी आज तू बांधली आहेस, तशीच, की पुस्तकाचं काही मोल असेल आणि ते पेलण्याची माझी कुवत असेल, तर मी याचा धनी झालोच पाहिजे. बस्स. आयुष्यात दुसरं काहीही नको. पण हे पुस्तक माझं व्हायलाच हवं. त्यासाठी कोणतंही दिव्य करावं लागलं, तरी हरकत नाही.

दुसऱ्या दिवशी सकाळी यजमानांना विचारलं, “काल मुल्लासाहेब वाचत होते, त्या पुस्तकाची किंमत काय असू शकेल हो?”

यजमान खोखो हसत सुटले.

“अहो, भलतंच काय विचारता? अशा पुस्तकाची किंमत कशी सांगता

येईल? तो काय बायकांचा रुमाल आहे, की कोळशाचं पोतं? अशा वस्तूंना मोलच नसतं.''

''तरीसुद्धा... अंदाजे.. आपण नाही का सांगू शकणार?'' यजमानांच्या चेहऱ्यावरचं हसू अजून मावळलं नव्हतं.

''वेडे आहात, झालं. आणि किंमत सांगायचीच, तर... तर एक उंटीण. हो. एक चांगली धडधाकट उंटीण देता?''

त्यांनी कदाचित् थट्टाही केली असेल, पण मी मात्र ते खरंच मानलं. मला जरा हायसंही वाटलं.

''माझी उंटीण तुम्ही पाहिलीच आहे. चांगली धष्टपुष्ट, अगदी उत्तम आहे. ती घ्या आणि मला हे पुस्तक द्या.''

''ठीक आहे. ती उंटीण ठेवा आणि घेऊन जा हे पुस्तक!'' यजमान म्हणाले.

मी जड अंत:करणानं उंटिणीचा निरोप घेतला. प्रेमानं तिच्या पाठीवरून हात फिरवला आणि जायला निघालो. पुस्तक अंगरख्याच्या आत लपवून ठेवलं होतं. तीन दिवस सतत चालत होतो. कसाबसा घराजवळ येऊन पोचलो. मला दुरून पाहताच पत्नी सामोरी आली. जवळजवळ किंचाळतच ती माझ्या दिशेनं धावत आली.

''हे काय? एकटेच? आणि उंटीण? काय केलंत तिचं? की, फुंकून टाकलीत? आणि एवढे दमलात कसे? चालत आलात की काय?''

''अग, अशी अंगावर का येतेस? सगळं सांगतो. जरा दमानं घे. प्रसंग हर्षानं बेहोष व्हायचा आहे. कारण समजलं, तर तूही आनंदानं वेडी होऊन जाशील. आपली उंटीण एवढी सुलक्षणी होती, की तिच्यामुळं आज मी जगातील सर्वांत श्रीमंत व्यक्ती झालो आहे. कसा, ते विचारलं नाहीस...?''

पत्नीचं माझ्या बोलण्याकडं लक्ष होतं की नाही कोण जाणे, तिनं मोठा आऽऽ वासला होता. त्याकडे दुर्लक्ष करून मी अंगरख्यातील ते हस्तलिखित बाहेर काढलं.

''पाहिलंस? अग, यातील प्रत्येक शब्दाचं मोल आपल्या उंटिणीपेक्षाही जास्त आहे.''

ती अजून तशीच उभी होती. हसावं की रडावं याचा तिला उलगडा होत नसावा. तिच्या नजरेसमोरून अजून उंटीण हलत नव्हती. मी तिला घडलेलं सारं सांगितलं. मुल्लासाहेबांनी पुस्तक कसं वाचून दाखवलं, लोक कसे मंत्रमुग्ध होऊन ऐकत होते, प्रत्यक्ष मी किती प्रभावित झालो होतो, इ. इ. इतकंच नाही, तर लक्षात राहिलेली पुस्तकातील बरीच वाक्यंही मी तिला ऐकवली. एव्हाना तिच्या डोळ्यांना धार लागली होती. तत्क्षणी मी भानावर आलो. झालेली चूक ध्यानात आली. उंटिणीवर आमच्या साऱ्या घराचा भार होता. ती आमची रोटी होती. आणखी काय सांगू?

कुणी सल्ला दिला, वस्तीतील पंडिताला जाऊन भेटा. पंडितानं सारी कहाणी ऐकली. जरासे हसलेही आणि नंतर सहानुभूतीदाखल, पण खांदे उडवून म्हणाले,

"अरेरे! काय हा अविचार केलास! तुला हे पुस्तक कुणी भेट म्हणून दिलं असतं, तरी तुला त्याचा काय उपयोग होता? तू हा असा अडाणी. आता कोण तुला हा ग्रंथ वाचून दाखवेल?"

सारी पंचक्रोशी पालथी घातली पण मला कुणी साक्षर माणूस भेटला नाही. माझा धीर खचत चालला. एक दिवस घरी आलो. खिन्न मनानं हा पृथ्वीमोलाचा ऐवज पेटीच्या अगदी तळाशी सरकवला, तो दूषणं देत देतच. म्हणालो,

"राहा इथंच पडून जगाच्या अंतापर्यंत. तुझ्यामुळं मानमरातब वाढणं तर दूरच, पण केवढी ही अवहेलना वाट्याला आली!"

"हा ऐवज तसाच पडून राहिला. वर्ष-दोन वर्षं-सात वर्षं गेली. सारी सात वर्षं पत्नी माझा उद्धार करत राहिली. उणेदुणे बोल ऐकवत राहिली.

"ती उंटीण कुठं आणि या चिठोऱ्या कुठं! आज काय दिमाखात राहिलो असतो..."

आणि नंतर एक दिवस तिलाच काय वाटलं, कुणास ठाऊक! माझ्या मागं एक नवीनच टुरटुर सुरू केली, "कसंही करा, कुणालाही गाठा, पण हे पुस्तक वाचून घ्यायलाच हवं."

त्या दिवसांत मुल्लासाहेबांसारखी काही ठराविक माणसं असे ग्रंथ वाचू शकायची. मला वाटलं, आपल्या मुलाला-मुरादला अशा एखाद्या गुरूंकडे शिकायला ठेवलं तर? इशान नावाच्या गृहस्थांविषयी बरंच ऐकून होतो. त्यांना बऱ्याच विद्या अवगत होत्या. आम्ही मुरादला घेतलं आणि इशान महाशयांकडं येऊन पोचलो. त्यांनी माझी आशा उजळ केली. म्हणाले.

"एक पालक म्हणून किती योग्य कृत्य केलंत तुम्ही. माझ्यासारखा गुरू तुम्हाला कुठं भेटणार? आज तुमचा मुलगा आठ वर्षांचा आहे. आणखी चार वर्षांनी या आणि मग पाहाच. तुम्हाला तुमचा मुराद ओळखूही येणार नाही."

त्यांच्यावर विश्वास ठेवून मी घरी निघालो. निघालो कसलं, अगदी हवेत तरंगतच होतो म्हणानात! मुलाच्या वियोगाचं दुःखही जाणवेनासं झालं.

चार वर्षांचा काळ संपत आला. मुरादला पाहावंसं फार वाटू लागलं. आम्ही पुन्हा इशानगुरूंकडे येऊन पोचलो. पाहतो तर काय? आमचा मुराद आम्हांला खरंच ओळखीचा वाटेना! माझ्या मुलाचं त्यांनी ओझी वाहणारं गाढव केलं होतं. अक्षरओळख होणं तर दूरच पण या कामानं त्याच्या मनाचा तोलही पार ढळला होता. आम्हांला पाहताच त्याला रडू फुटलं. "मला इथून घेऊन चला. याला काय शिक्षण म्हणायचं? तुम्ही मला नेलं नाहीत तर मी पळूनच जाईन. मला शिकायचंही नाही आणि राबता राबता असं मरायचंही नाही."

मी विचारात पडलो. मुलावर विश्वास तर होताच, पण तरीही शेजारीपाजारी चौकशी केली. माझ्या मुलाचंच खरं ठरलं. इशान फक्त चेटुकविद्येत पारंगत होता, बाकी कोणत्याही विद्येचा अगर कलेचा त्याला गंधही नव्हता. मी मुलाला घेऊन घरी आलो. पुस्तक तसंच पडून राहिलं आपल्या जागी.

पण अखेर एकदाचं आमचं अक्षर-दैन्य संपुष्टात आलं. सोविएत सत्तेचं साम्राज्य सुरू होताच पुस्तकं आली, शिक्षकही आले. घरोघरी जाऊन विद्यार्थी गोळा करू लागले. मी मुलाची कशीबशी समजूत घातली, की हे खरोखरचेच शिक्षक आहेत, कुणी इशान मौलवी नव्हते. अखेर मुराद शाळेत जाऊ लागला. लिहितावाचता झाला. मोठ्या समारंभानं आम्ही मुरादकडून त्याचं वाचन घडवून आणलं. त्या वेळेस मला प्रथम समजलं की, पुस्तक हीसुद्धा माणसाची निर्मिती असते. ती आपणच आणि आपल्याचसाठी केलेली असते. त्या पुस्तकातील कित्येक कविता, गाणी आमच्या दैनंदिन परिचयाची होती. त्यात चांगल्यावाईटाचा संघर्ष दाखवलेला होता; सत्याचे, शौर्याचे आणि पुरुषार्थाचे त्यात गोडवे गायलेले होते. आता माझ्या पत्नीचीही खात्री पटली की, मी कोणताही बिनडोक सौदा केलेला नव्हता, तर पुस्तकानं उलट आमच्या वाडवडिलांच्या कीर्तीत भरच घातली होती.

मी कान देऊन ऐकत होतो. आगासाहेबांनी पुन्हा मला उद्देशून म्हटलं.

"आता तरी तुला समजलं ना की, या पुस्तकापाठीमागं कैक वर्षांची जिवंत वेदना उभी आहे? आमच्या कष्टांची, दुर्दशेची आणि अवहेलनेची ती बोलकी साक्ष आहे? तू हे पुस्तक वाच. अगदी मनसोक्तपणे त्याचा आनंद घे. पण माझी आणि त्याची ताटातूट करण्याचा विचार मात्र स्वप्नातदेखील आणू नकोस."

इतकं ऐकूनही माझी चिकाटी तिळमात्र कमी झाली नव्हती. मीही कुण्या कच्च्या गुरूचा चेला नव्हतो. एक दिवस जरा मोक्याचा क्षण हेरून मी पुन्हा पुढे सरसावलो.

"आगासाहेब..."

"आता काय म्हणतोस?"

"अखेर तुम्ही माझ्या विनंतीचा विचार करणार नाही, असंच मी समजू ना?"

"कोणती विनंती आता राहिली आहे?"

"मला द्या ना हे पुस्तक... मी विकत मागतोय..."

आगासाहेबांचा हात पुन्हा दाढीवरून फिरू लागला पण आता नजरेत जराही राग नव्हता. माझ्या बोलण्याचा त्यांच्यावर काहीच परिणाम झालेला नव्हता, आणि कदाचित होणारही नव्हता.

"प्रिय पाहुण्या, ते शक्य नाही. या पृथ्वीतलावर अशी काही रत्नं आहेत, की त्यांच्यापुढं पैशाचं तेज फिकं पडतं."

"असं कसं म्हणता? तुम्हालासुद्धा ते कुणीतरी विकलंच होतं ना?''

"हो विकलं खरं, पण मागाहून नक्की पस्तावले असतील. तो वेडेपणा मी कशाला करू?'' असं म्हणून ते पुन्हा आपल्यावरच खूष होत राहिले. आम्ही खूप वेळ बोलत राहिलो. अखेर त्यांनाच माझी दया येऊन ते म्हणाले,

"भल्या गृहस्था! जर तुला खरंच माझं पुस्तक आवडलं असेल, तर इथं बैस आणि सगळं काढ लिहून; तुझ्या वहीत.''

दोन आठवडे मी सतत त्यांच्या घरी बसून लिहीत होतो. कधीकधी ते मला सांगायचे आणि मी लिहून घ्यायचो. बघता बघता आम्ही मित्र झालो. माणसं काही प्रसंगाने, निमित्ताने एकत्र येतात, जवळची होतात, तसे आम्ही या पुस्तकानं जोडले गेलो. जसं त्यानं आगासाहेबांच्या हृदयात ठाण मांडलं होतं, तसंच माझंही अवघं विश्व त्यानं व्यापून टाकलं : आता मीही श्रीमंत ठरलो होतो. कारण ही पृथ्वीमोलाची ठेव आता माझ्या मालकीची होती. हो, पृथ्वीमोलाचीच. कारण त्यातील संपदेचा धनी होता तुर्कमेनियन अक्षर साहित्याचा जनक "मखुमकुली'' आणि अशी संपदा गाठीशी असताना कोणत्या नाण्यांची किंवा कागदी नोटांची ऐट तिचं तेज फिकं पाडू धजणार होती?

***

ही आई कुणाची रे?

येवगेनी नोसव

मूळ कथालेखक – येवगेनी नोसव

विशेषत: प्रौढ, सुशिक्षित वर्गात लोकप्रिय असलेले सोविएत रशियन कथालेखक म्हणून येवगेनी नोसव यांची ख्याती आहे. माणसाच्या दैनंदिन जीवनाच्या अभ्यासामध्ये नोसव यांची लेखणी विशेष रमते. प्रामुख्यानं मनुष्य स्वभावाचं विविधांगी अवलोकन, त्यातील सुसंगती आणि बोचरी विसंगती यांचं वेधक दर्शन नोसव यांच्या कथांमध्ये आपल्याला पाहायला मिळते. त्यांच्या कथांतील प्रमुख व्यक्तिरेखा या नेहमी तुम्हां-आम्हांसारखी साधी माणसं असतात, शिवाय ही माणसं मोठ्या शहरापासून दूर वसलेल्या लहान गावात राहणारी असतात. नोसव यांच्या संवादरचना त्यांनी निवडलेल्या कथाविषयाप्रमाणेच परिणामकारक असतात. बहुधा वाक्यं तुटक, अपुरी वाटणारी असली, तरी बरंच काही सांगून जाणारी असतात. नोसव यांच्या कथा दीर्घकाळ लक्षात राहण्याचं आणखी एक कारण म्हणजे त्यांचा अर्थपूर्ण, हृदयाला भिडणारा शेवट होय.

इतर प्रसिद्ध कथा

'वाहती नदी', 'जहाजे दूर जातात, पण किनारा मात्र जागीच राहतो', 'कोट',

'विजयाची रक्तरंगी मदिरा', 'दुसऱ्या ग्रहांवर जीवसृष्टी आहे का?', 'जवळ शंभर रुबल्स नसले, तरी चालतील' (पण शंभर मित्र मात्र गाठीशी हवेत') आणि इतर.

ही आई कुणाची रे?

आगगाडी हळूहळू स्टेशनच्या दिशेनं सरकत होती. सर्व प्रवासी सामान सावरून तयार झाले. पण कोपऱ्यातील बाकावर झोपलेला एक प्रवासी अजूनही साखरझोपेत होता. त्याला कुणीतरी सदऱ्याच्या बाहीला धरून जागं करू लागलं.

"उठा, गाडी मॉस्कोला पोचली."

डोळे किलकिले करून विक्तरनं पाहिलं. लख्ख उजाडलं होतं. फलाटाला गाडी लागताच डबा भराभर रिकामा होऊ लागला. तोही उतरून टॅक्सीच्या दिशेनं चालू लागला. विक्तरचा सर्वांत धाकटा भाऊ अलेक्सेइ मॉस्कोत राहात असे, शिक्षणासाठी. पण आज तो भावाला भेटायला चालला नव्हता. मॉस्कोपासून काही अंतरावर त्यांची म्हातारी आई राहायची. एकटीच. विक्तरची पत्नी गरोदर होती. घरात मदतीला हक्काचं माणूस हवं होतं. तेव्हा जाऊन आईला घेऊन यायचं त्यानं ठरवलं. जाता जाता भावालाही भेटून जावं असं ठरवून तो तिकडे जायला निघाला.

तो भावाच्या वसतिगृहापर्यंत येऊन पोहोचला. तिथं एकूण तीन प्रवेशद्वारं होती. नक्की कुठल्या दारानं जायचं ते त्याला समजेना. इतक्यात एक रंगीबेरंगी घोळका त्याला दरवाज्यापाशी उभा असलेला दिसला.

"माफ करा, अलेक्सेइ कुठं राहतो, कुणी सांगू शकेल?"

"कोणता अलेक्सेइ? उंच? निळ्या डोळ्यांचा?"

"तोच तो. माझा धाकटा भाऊ."

त्यांनी त्याला लिफ्टनं कुठं जायचं सांगितलं. भावाला भेटूनही बरीच वर्षं झाली असावीत. कमीत कमी पाच तरी. तो एकदम लिफ्ट थांबली... तीतून एक उंचापुरा, रुंद खांद्यांचा तरुण बाहेर पडला. क्षणभर नजरानजर झाली. विक्तरचं हसणं ओळखीचं वाटून तो तरुण थांबला. तोच अलेक्सेइ होता.

"आईकडं चाललो होतो. म्हटलं, वाटेत तुलाही भेटावं."

"ठीक, ठीक. चल, तुला माझी खोली दाखवतो."

"राहू दे. पुन्हा केव्हातरी."

"चल रे, बघ तरी मी कसा राहतो ते."

दोघे खोलीत येऊन बसले. अलेक्सेइनंच पुन्हा विचारलं.

"तुझा मुक्काम किती दिवस? या वेळेस मात्र तुला शहर दाखवतो. खूप भटकू. मजा करू."

"भटकायचं मग पाहू. इथं एखादं चांगलं हॉटेल असेल ना, तुझ्या माहितीचं? आधी जेवू झकास. मला तुझ्याशी बरंच बोलायचंय" – विक्तर म्हणाला.

अलेक्सेइ विक्तरला एका हॉटेलमध्ये घेऊन आला. दोघं एका कोपऱ्यातील टेबलापाशी बसून बोलू लागले.

विक्तरला विचारलं :

"तुझं शिक्षण अजून किती राहिलंय?"

"दोन-एक वर्षं."

"पैसा बरे देतात? खर्च भागण्यापुरते तरी?"

"ठीक. बरेच म्हणायचे."

"बरं. आई कशी आहे? तिला भेटतोस की नाही वरचेवर?"

"वरचेवर नाही जमत. जसं जमेल तसं मध्यंतरी इवाननं तिला घराची डागडुजी करून दिली. दारात भाजीपालाही लावून दिला. चाललंय तिचं रुकुटुकू."

"मला तुला असं सांगायचं होतं की, आईला माझ्याकडं न्यावं म्हणतो. तिनं तरी असं एकटीनं किती दिवस राहायचं बिचारीनं? तिला आता आपण विश्रांती द्यायला हवी."

"सहजच नेतोस?"

"न्यायचं तर कधीपासून म्हणतोय आणि आता तुझी वहिनी मोठ्या रजेवर चाललीय... तेव्हा..."

"आलं लक्षात. मी काय सांगू? विचारून पाहा आईला."

"तिला काय विचारायचं त्यात? जातो आणि लगेच तिचं घरही विकायला काढतो. आलेले पैसे तिच्या नावावर ठेवतो. माझ्याकडे तिला काहीच त्रास होणार नाही. घर मोठं आहे. सगळ्या सुखसोयी आहेतच. बाजारही घराजवळ आहे. राहिलेला वेळ बसेल घरात नातवंडांशी खेळत."

"पीटर तिला आपल्याकडं नेणार म्हणतो. त्याला जुळं झालं मध्यंतरी."

"होऊ देत. त्याला गप्प बैस म्हणावं. त्याची बायको काही नोकरी नाही करत. दुसरा उद्योग तरी काय आहे तिला?"

"बघ बुवा. आईचाही विचार घ्यायला हवा."

"त्यात काय विचारायचं? जातो आणि घेऊनच येतो. तुम्हां तिघांचं काय, आईला दिपवण्यासाठी नुसत्या बढाया मारता. त्या इवानचंच पहा. त्यानं गाडी घेतली म्हणून ऐकलं. केवढा तो गाजावाजा! गाडी काय, मीही घेऊ शकतो. आत्ता, या क्षणी."

"मग? का घेत नाहीस?"

"गरज नाही म्हणून नाही घेत. हां. पण आता आई आल्यावर गाडी हवीच.

घेईन दोन दिवसांत. त्यात काय मोठंसं? पण अलेक्सेइ, आपली आई म्हणजे काय चीज आहे, तुला काय माहीत?''

''का? माहीत नसायला काय झालं?''

''त्यासाठी मोठ्या मुलाचं काळीज हवं. तुला ते कसं समजणार? कालचा शेंबडा पोर तू!''

''असेनही.''

''आहेसच. आणि तू त्या दोघा भावांची काळजी नको करू. तू तुझा अभ्यास कर. त्या इवाननं आजवर कधी छदाम पाठवला आईला? मग? आणि आता आपल्या गरजेला त्याला आई कशाला आठवली? त्याची बायको तर सदैव घरात असते. सांभाळ म्हणावं पोरं आपली. त्याला काही कुणकुण लागायच्या आतच मी तिथं जाऊन हजर होतो.''

''जा ना. पण बेतानं. नाही तर, भाऊ-भाऊ एकमेकांच्या जिवावर उठाल, अन् तिची बिचारीची व्हायची पंचाईत.''

''काय करील तो मला? थोबाड फोडीन त्याचं. आणि त्या दुसऱ्याचंही. माझं आईवर किती प्रेम आहे, तुम्हांला काय माहीत? मी काळीज काढून देईन तिच्यासाठी. समजलं?''

''समजलं.'' अलेक्सेइ उत्तरला आणि निघण्याची तयारी करू लागला. विक्तरही लगेच संध्याकाळच्या गाडीनं जायचा होता.

त्याला स्टेशनवर पोचवण्यासाठी अलेक्सेइ आला होता. आपलं सामान घेऊन विक्तर गाडीत चढला आणि आपली जागा हुडकू लागला. पण गाडीत प्रचंड गर्दी होती. त्यानं विचार केला, प्रवास फक्त तीन तासांचा आहे. टेकूया इथंच कुठंतरी. एका बाकावर त्याला थोडी रिकामी जागा दिसली. कोपऱ्यात सामान ठेवून तो तिथंच बसला. समोरच एक आजीबाई पुतळ्यासारख्या स्तब्ध बसल्या होत्या. अंगावर एक छोटीशी शाल पांघरलेली. दोन्ही हातांची घडी घातलेली. चेहऱ्यावर सुरकुत्यांची महिरप आणि थकलेली नजर. त्याला वाटलं, आजीबाईंना पेंग येत आहे. पण जरा निरखून पाहताच त्याच्या लक्षात आलं, त्या विक्तरलाच निरखून पाहात होत्या. त्यानंच विचारलं,

''काय आजी, झोप येतेय का? अंगात काही त्राण नाही वाटतं?''

''नाही रे, बाबा. ते कुठून आणू?''

''मग झोपत का नाही? का डबोलं मोठं घेऊन चाललाय?''

''माझ्याकडे रे कुठलं डबोलं? दोन बोचकी अन् चार चवल्या. हाच माझा सगळा संसार.''

''मग झोपा तर शांत. इथं डब्यात चांगली जागा आहे.''

"आणि स्टेशन निघून गेलं म्हणजे?"

"कुठं जायचंय तुम्हाला?"

"जवळच. तिसरं स्टेशन."

"अच्छा? मग तर तुम्ही माझ्या गावातल्याच निघालात. आणा इकडे पिशवी. मी सांभाळतो."

"नको रे, बाबा. तुझा काय भरवसा? कितीही गोड बोललास, तरी तू अखेर वाटसरूच."

"घाबरता होय? पिशवी घेऊन मी पळून जाईन असं वाटतं?"

"जाशीलही. तुझा तर तोल जातो आहे. शुद्धीवर असतास, तर गोष्ट वेगळी."

"बरोबर ओळखलंत. बऱ्याच वर्षांनी आज भाऊ भेटला. दोघांनाही राहवलं नाही म्हणून घेतली थोडी. घरी चाललोय मी. आईकडं. तुमच्यासारखीच आहे अगदी. एकटीच राहते बिचारी. माझ्याकडे घेऊन जाणार म्हणतो तिला."

"कुठवर दूर नेणार तिला?"

"दूर. खूपच दूर. पण मी म्हणतो, मी असताना तिनं एकटीनं कशाला राहावं?"

"मुलंबाळं आहेत वाटतं?"

"आहेत तर! एक गगारिन वाढतोच आहे. लवकरच दुसरा शूरवीरही हजर होईल. झालाच, तर तिसराही आम्हांला हवा आहे. पण ते सारं नंतर. आधी घरी जाणार अन् ते घर विकून टाकणार. त्यानंतर पहिल्याच गाडीनं आईला माझ्याकडं घेऊन जाणार. मी अन् बायको तान्ह्याला सांभाळू आणि मोठ्याला देऊ आईच्या ताब्यात. नाही तर आजी असून काय कामाची? इथं एकटीच राहते आणि कुठं भाजी लाव, कुठं कोंबड्या पाळ, असली कामं करीत राहते. त्याची इथं कुणाला काय जरूर?"

विक्तरला वाटलं, यावर आजीबाई काही बोलतील. पण त्या गप्पच होत्या. रात्रीच्या शांततेत त्यांनी टाकलेला खोल उसासा मात्र उमटल्याविना राहिला नाही. त्या हुंकाराचा अर्थ होकारार्थी मानून व्हिक्टर खुशीत आला. त्यानं विचारलं,

"आता कुठून येत आहात?"

"बऱ्याच ठिकाणांहून. काही दिवस थोरल्या मुलाकडं होते. नंतर दुसऱ्या मुलाकडं आणि मग मुलीकडे राहिले चार दिवस. पुन्हा नाइलाजानं मुलाकडंही जावं लागलं. खूप गावचं पाणी पाजलं मुलांनी." असं म्हणून त्या गप्प झाल्या. मधूनच मान नकारार्थी हलवायच्या. अजून प्रवासातील दोन तास उरले होते. विक्तरनंच त्यांना बोलतं करायचं ठरवलं.

"मजा आहे तुमची. इतकं फिरायला मिळतं!"

"चांगलीच मजा आहे. ज्याला फिरावं लागतं, त्यालाच ते ठाऊक. फक्त चौथ्या मुलाकडेच नाही राहिले. कारण तो दूर परदेशात आहे."

"माझे भाऊपण आईला खूप फिरवतील अशी मला भीती वाटते. म्हणून मीच तिला आधी घेऊन जाणार–" असं म्हणत त्यानं बॅगेतून एक वोदकाची बाटली बाहेर काढली, आणि एका ग्लासमध्ये ती ओतून आजीबाईंना देऊ केली.

"अरे आईला भेटायला चाललास ना? मग दारू पिऊन कशाला जायला हवं?"

"तिला भेटायला चाललो, म्हणूनच थोडी घ्यावी म्हणतो. नाही तर हा आनंद आणखी कसा व्यक्त करू शकतो?"

"तू पिऊन आलेला पाहून ती काय तुला डोक्यावर घेऊन नाचेल, असं वाटतं तुला?"

"नाचेल, नाचेल. पाच वर्षं झाली तिनं मला पाहून... कुठं ठेवू न् कुठं नको असं करील ती. तुमची मुलं पण तुम्हाला क्षणभर दूर करत नसतील, नाही?"

"अगदी बरोबर बोललास. आईचं काय करावं त्यांना काही समजत नाही. एक काळ असा होता, सर्वांची मुलं लहान होती. त्यांना जोजवायला हक्काची आजी हवी. एकदा गरज सरली की मग काय? आजी कुठल्याही कोपऱ्यात राहिली, तरी सारखंच. मी पूर्वी राहायची एका छोट्याशा खोपटात. खोपटं कसलं, माझा राजवाडाच होता म्हण ना! पण एक दिवस मोठा मुलगा हजर झाला, अन् केलं तुणतुणं सुरू, 'चल ना, चल ना' म्हणून. बरोबर काही सामानही नाही घेऊ दिलं. येईल त्या किमतीला घर विकलं. गाय-बकरी दुसऱ्याच्या दावणीला नेऊन बांधली. जो काही फुलमळा लावला होता, तो शेळ्यांनी तुडवून सपाट केला. घरातलं सगळं किडूकमिडूक शेजापाजाऱ्यांना नुसतं वाटण्यावारी घालवलं. हळूहळू मी रमत चालले. एवढ्यात दुसऱ्या मुलाचा सांगावा आला, 'पाया पडतो, भीक मागतो, पण असशील, तशी माझ्याकडे निघून ये.' मोठ्यानं तार पाठवली, 'आईला प्रवास झेपत नाही. ती नाही येऊ शकत म्हणून.' त्यावर मुलाचे निरोपावर निरोप. सरकारी जागा मिळतेय. पण दोनच खोल्या. जर घरात म्हातारं माणूस आहे, असं कागदोपत्री दाखवलं, तर तिसरी खोली मिळू शकेल. मला वाटलं, हातपाय धड आहेत, तोपर्यंत आपण मुलांसाठी नाही, तर आणखी कुणासाठी जगायचं? जायलाच हवं. कशीबशी थोरल्याची समजूत घातली, की घराचं काम झालं की, लगेच येते परत. अन् गेले धाकट्याकडं, तर त्यानं हट्ट सुरू केला, आता या वयात कुठं फिरतेस? राहा माझ्याकडे म्हणून. दुसऱ्या बाजूला जावयानंही खूप आग्रह सुरू केला. मी खूप आढेवेढे घेतले. शेवटी मुलगी फुगून बसली. 'तुला मुलांची तेवढी काळजी अन् मुलीची काही पर्वा नाही म्हणून.' यावर मी काय म्हणू? मी जायला निघाले. तसा

धाकट्या मुलानं कोण तंटा उभा केला! म्हणाला, 'माझी मुलं लहान. आम्ही नोकरी करायची का मुलं सांभाळायची?' तशी मुलगी स्वत: हजर झाली. मला घेतल्याशिवाय घराबाहेर पाऊल टाकणार नाही, म्हणाली. तिला मूल हवं होतं. पण घरात मूळ सांभाळायला कुणी नव्हतं म्हणून तिला वारंवार गर्भपात करावे लागत होते. माझा जीव कळवळला. उचललं गाठोडं अन् गेले मुलीकडं. पण इतके गर्भपात केल्यावर तिला मूल होईना! अखेर नवराही खस्तावला न् दारूच्या नादी लागला. एक दिवस घटस्फोटापर्यंत पाळी आली. अखेर मुलगी जशी घर सोडून जायला निघाली, तशी माझी पाठवणी तिनं मोठ्या मुलाकडं केली. नंतर धाकट्या मुलाजवळही राहून पाहिलं. अशी सगळी कहाणी.''

''आता कुठं चाललात तर?''

''आता? आता पुन्हा माझ्या गावी परत चालले. हातपाय आता थकले. कामासाठी माझा कुणाला काही उपयोग नाही. नातवंडांचं जगही निराळं. तिथं आजीला जागा नाही. काय करू कुणाकडे थोडीशीही राहून? धाकट्याला मी म्हटलं, राहू द्या मला इथंच. पण माझं म्हातारीचं कोण ऐकतो? एक दिवस मला पुन्हा मोठ्या मुलाकडं पाठवलं. सर्वांत मोठा नातू लग्नाचा होता. एक दिवस अचानक नवरीला घेऊन हजर झाला. सूनबाईनं सांगितलं, की नव्या जोडप्याला अडचण होते. थोडे दिवस तुमची खाट नेऊन ठेवते स्वयंपाकघरात. त्यांची दुसरीकडं सोय झाली की, तुम्ही पुन्हा तुमच्या खोलीत परत. तेही सहन केलं. पण स्वयंपाकघरात मला राहवेना. बाहेरच्या खोलीत सर्वांचं हसणं, खिदळणं आणि मी मात्र एकटीच अंधारात. एक दिवस मीच जोर केला अन् पुन्हा धाकट्याकडं आले. तिथं तर काय सर्वच बदललं होतं माझ्यासाठी घेतलेली तिसरी खोली आता नातवंडांनी बळकावली होती. मुलाला काही आनंद झाल्याचं दिसलं नाही. 'राहा' म्हणाला. एक दिवस सूनबाईंनी खुशीत येऊन म्हटलं,

''सासूबाई, तुमची लाडकी लेक कशी आहे? जाऊन येता का चार दिवस तिच्याकडं? हवं तर आम्ही तिकिटाचा खर्च करतो.'' मी हो-नाही म्हणण्यापूर्वीच तिनं माझ्या हातात तिकटं ठेवली. बहुधा आधीच काढलेली असावीत. म्हटलं, मुलीकडं, तर मुलीकडं. पण आता हा शेवटचाच प्रवास. पुन्हा कुठं म्हणून जायचं नाही. निघताना मुलानं डोळ्यांत पाणी आणलं. त्याची समजूत घातली न् निघाले मुलीकडं. मॉस्कोपर्यंत यायचंच होतं. पुढचा रस्ता विमानाचा. म्हटलं, विमानाचं काही खरं नाही. जे काही व्हायचं, ते आपल्या घरात होऊ दे. मुलीकडं जाऊन तरी काय वेगळं होणार? म्हणून आता स्वत:च निर्णय घेतला. गावात माझी चार जोडलेली माणसं आहेत. राहीन शेवटचे दिवस त्यांच्याजवळ. एक ओळखीचा माणूसच थडगी बांधतो. तो भोवती चार फुलझाडंही लावील. आणखी मला काय

हवं?''... आजीबाई बोलता बोलता थांबल्या. त्यांना झोप अनावर होत होती. पण पाच-दहा मिनिटांतच उतरायला हवं होतं. आपलं बोचकं घेऊन त्या दरवाज्यापाशी जाऊन उभ्या राहिल्या. पाठोपाठ विक्तरही उठला. त्यालाही इथंच उतरून मग थोडं पुढं जायचं होतं,.

स्टेशनवर उतरल्यावर तो पुढच्या गाडीचं तिकिट काढण्यासाठी रांगेत जाऊन उभा राहिला. काही वेळानं त्याचं लक्ष शेजारच्या बाकड्यावर गेलं. त्या प्रवासात भेटलेल्या आजीबाईच होत्या. थंडी मी म्हणत होती. त्यांची छोटी शाल उबेला कमी पडत होती. फलाट साफ करणाऱ्या मुली इकडं-तिकडं हिंडत होत्या. एवढ्यात एकीचं लक्ष आजीबाईंकडे गेलं. न राहवून तिनं रांगेत उभ्या असलेल्या प्रवाशांना विचारलं,

''ही आई कोणाची रे? बिचारी इथे का झोपलेली आहे?''

कुणीच उत्तर दिलं नाही. विक्तर तिकिटातील राहिलेले पैसे पुन:पुन्हा मोजून घेत होता. अखेर त्या मुलीनंच आपली शाल त्या 'बिचारी'च्या अंगावर घातली, क्षणभर थबकली अन् पुन्हा आपल्या कामाला लागली.

***

होऊ कशी उतराई?

यूरी नगीबीन

मूळ कथालेखक – यूरी नगीबीन

घराघरामध्ये लोकप्रिय आणि आवडते असे सोविएत रशियन साहित्यिक म्हणून नगीबीन यांचा रशियन साहित्यात आजही मोठा लौकिक आहे.

नगीबीन यांनी १९४०पासून लिखाणास प्रारंभ केला. दुसऱ्या महायुद्धात राष्ट्रप्रेमी सैनिक म्हणून त्यांचा सक्रिय सहभाग होता. १९४३मध्ये युद्धभूमीवर जबर जखमी झाल्यानंतर ते बराच काळ उपचारार्थ इस्पितळात होते. यानंतर युद्धविषयक वार्ताहर म्हणून त्यांनी धडपडीने मोलाची कामगिरी बजावली. सरहद्दीवरून लिहीत राहिलेल्या साहित्याची योग्य ती दखल घेऊन सरकारने वेळोवेळी त्यांचा उचित सन्मानही केला.

नगीबीन यांच्या कथांमध्ये पात्रांची गर्दी नसते, पण प्रत्येक पात्र स्वतंत्र रूपाने प्रभावी होऊन उभे राहते. व्यक्तिशः लेखकासाठी लहान मूल आणि निसर्ग यांचं अतूट नातं खास लोभाचं वाटतं.

इतर प्रसिद्ध साहित्य

'नितळ झरे' (निबंध संग्रह), 'आपण येऊन पोचलो', 'उत्तर', 'त्रूबनिकवच्या

आयुष्यातील काही दिवस', 'शेवटची शिकार', 'नवविवाहिता', 'यशाचा कळस', 'टायपिस्ट सहाव्या मजल्यावर राहते' (लघुकथा), 'चिरंतन सहप्रवाही' (दीर्घकथा मालिका) आणि अनेक चित्रपट व लघुपटांसाठी लिखाण.

होऊ कशी उतराई?

शिशिरांची चाहूल कधीच लागली होती. पण अजूनही पानं कुठंकुठं झडतच होती. पडत होती. पण काही रात्रींतच निसर्गानं अशी किमया केली, की सृष्टीचं थकलेलं, मरगळलेलं रूप कुठल्या कुठं नाहीसं झालं. शिशिराची पावलंही उमटली आणि उंबरठ्यापाशी येऊन पोचलेला पाहुणा धन्याच्या दिमाखानं घरात दाखल झाला.

सकाळचे आठ वाजले होते. एका छोट्याशा गावातली शाळा भरायची वेळ झाली होती. रस्त्याच्या कडेकडेनं आपला कोट सावरीत आन्ना वसिल्येवना लगबगीनं शाळेत जायला निघाल्या होता. त्या या शाळेत रशियन शिक्षिका होत्या. घरापासून शाळा लांब नव्हती. अवघं दीड-एक किलोमीटरचं अंतर... त्या रोज पायीच जायच्या.

अशा या तजेलदार सकाळी खूप जुन्या आठवणींना उजाळा मिळू लागला. त्यांना या शाळेत येऊन जेमतेम दोनच वर्षं झाली होती. पण अल्पावधीतच एक कुशल, हुशार शिक्षिका म्हणून त्यांनी नावलौकिक मिळवला होता. पालक, सहकारी, वर्गातही त्यांचा मोठा दबदबा होता.

समोरून एक माणूस मैदान ओलांडून येत होता. बर्फ गुडघ्यापर्यंत साठलं होतं. त्यानं दुरूनच आपल्या मुलाच्या शिक्षिकेला ओळखलं व हसून विचारलं,

"माझा छोकरा कसा आहे? फार हूडपणा तर नाही ना करत शाळेत?"

"करतो तर! मुलंच आहेत अखेर. दंगा त्यांनी नाही, तर कुणी करायचा? फक्त कुठं थांबायचं, हे समजायला हवं." आन्ना वसिल्येवनांना वाटलं, आपण एखाद्या आदर्श शिक्षकाला साजेल, असंच बोललो.

"नाही, नाही, तसा माझा पोरगा शांत आहे माझ्यासारखाच" असं म्हणून तो खळखळून हसला न् वळून पुढं गेला.

थोड्याच वेळात त्या शाळेत येऊन पोचल्या. शाळेची दोन मजली टुमदार इमारत आणि काचेची तावदानं सारं कसं शुभ्र रूपेरी धाग्यांनी भरतकाम केल्यासारखं सुंदर दिसत होतं. शाळा मुद्दाम मध्यवर्ती ठिकाणी बांधली होती. आसपासच्या कारखान्यांत, दुकानांत आणि दवाखान्यांत काम करणाऱ्या लोकांना सोयीचं व्हावं म्हणून. वाहनांवर अवलंबून राहायची गरज नव्हती. मुलं एकमेकांच्या सोबतीनं, मदतीनं शाळेत ये-जा करायची.

"नमस्ते, आन्ना वसिल्येवना" त्या वर्गात शिरताच रंगीबेरंगी टोप्यांतून लकाकते निळे-घारे डोळे त्यांचं स्वागत करू लागले.

"नमस्ते, नमस्ते". त्यांनीही हसतमुखानं त्या चिवचिवाटाला उत्तर दिलं. शिक्षकाचा चेहरा सतत हसला असला पाहिजे, म्हणजे मुलांनाही शिकायला हुरूप येतो, शिवाय शिक्षकाविषयी आपुलकीही वाटते, असं त्यांनी त्यांच्या अभ्यासक्रमात कितीदा तरी ऐकलं, वाचलं होतं. आदर्श शिक्षकाच्या अनेक व्याख्यांपैकी हीही एक असावी, असा त्यांचा ठाम समज होता.

वर्गात अजूनही शांतता नव्हती. कुणी कानगोष्टी करीत होतं, तर कुणी बायकांचा आवाज, तर कुणी टक लावून शिक्षिकेकडं पाहात होतं, तर कुणी दप्तराशी झटापट.

"मुलांनो, तर आज आपण कालचा व्याकरणाचा राहिलेला अभ्यास पूर्ण करणार आहोत. विषय आहे 'वाक्य आणि त्याचे घटक'."

लगेच वर्गात शांतता पसरली. चेहरे गंभीर झाले. सर्व हालचाली थांबल्या. कारण व्याकरण शिकताना ते तेवढ्याच गांभीर्यानं ऐकलं आणि शिकलं पाहिजे, असा त्यांचा दंडक होता.

त्यांना मागच्या वर्षीचा दुसऱ्या एका वर्गावरील व्याकरणाचा पहिला तास आठवला. विषय होता – 'नाम' या संज्ञेची व्याख्या आणि पोटप्रकार. घरातून निघतानाच त्या घोकत घोकत चालल्या होत्या. 'नाम' हा वाक्याचा असा प्रकार आहे, की... सर्वनाम कशाला म्हणावे? विशेषनाम म्हणजे नामाचा असा पोटप्रकार की जो... इ. इ. केवढी ती अस्वस्थता आणि जिवाची घालमेल! त्यांना केवढी भीती वाटत होती. चुकून पहिलाच तास अतिहुशार किंवा अतिमठ्ठ मुलांचा असला तर? त्यांना काही समजलं नाही, तर? किंवा समजूनही न समजल्याचा त्यांनी बहाणा केला तर? छे छे, पण आता मात्र तशी भीती वाटता कामा नये. लगेच स्वत:ला सावरून, केस सारखे करून त्या व्यवस्थित रीतीनं फळ्यापाशी उभ्या राहिल्या. उजव्या हातात नवीन खडूचा तुकडा घेऊन शिकवण्यास सुरुवात केली.

"तर मुलांनो, नाम कशाला म्हणावं?

हा कोण आहे?

तर – विद्यार्थी.

हे काय आहे?

तर – पुस्तक...

समजलं सर्वांना?"

तेवढ्यात त्यांच्या त्या कडक शिस्तीचा आणि केलेल्या वातावरणनिर्मितीचा भंग झाला.

"मी आत येऊ?"

अर्धवट उघड्या दरवज्यातून एक बालमूर्ती डोकावत होती. अंगात साधाच कोट. बूटही जुनेपुराणे. त्यांवरील बर्फाचे कण वितळून आतील मोजे ओले करीत होते. गोऱ्या, थंडीनं लालबुंद झालेल्या चेहऱ्यावर त्याचे निळे-घारे डोळे लकाकत होते. नाकाचा शेंडा लालचुटूक आणि भुवया कुंचल्यानं रंगवाव्यात त्याप्रमाणे शुभ्रसफेद. बर्फाचे कण तिथं अडकून राहिल्यामुळे असेल.

"सवूश्किन्, तू आज पुन्हा उशिरा?" उशिरा येणाऱ्या मुलांच्या बाबतीत वेळीच कडक राहिलं पाहिजे, असं इतर शिक्षिकांप्रमाणे त्यांनाही वाटायचं. पण आज का कुणास ठाऊक, या छोट्याला असा दारात उभा पाहून त्यांना रागावावंसंही वाटेना! उलट, काहीशा सहानुभूतीनं त्या त्याच्याकडे पाहात राहिल्या.

या सवयीच्या प्रश्नाचा अर्थ परवानगी समजून सवूश्किन् हळूच वर्गात शिरला आणि आपल्या जागेवर जाऊन बसला. शेजारी बसलेल्या मुलाला त्यानं काही विचारलं, पुस्तक-वही बाहेर काढली, आणि त्या काय सांगतात, ते लक्ष देऊन ऐकू लागला.

पण आता पुढं शिकण्यात सूर लागणं शक्यच नव्हतं. त्यांना वाटलं, सकाळ एवढी सुंदर सुरू झाली होती, पण या मुलानं बेरंग केला. सवूश्किन् उशिरा येतो, अशी तक्रार भूगोलाच्या शिक्षिकेचीही होती. पण त्या रोजच काही ना काही तक्रार करीत राहायच्या. कधी मुलांच्या उशिरा येण्याबद्दल, तर कधी त्यांच्या कच्च्या स्मरणशक्तीबद्दल.

उशिरा आलेल्या सवूश्किन्कडं एक नजर टाकून त्यांनी पुन्हा शिकवण्यास सुरुवात केली.

"तर मी तुम्हांला आज जे नियम, व्याख्या सांगितल्या, ते सर्वांना समजलं?"

"समजलं, समजलं" सर्वांनी समूहस्वरात पावती दिली.

"ठीक तर मग. आता तुम्ही मला 'नाम' या संज्ञेची काही उदाहरणं द्या."

काही क्षण शांतता पसरली. नंतर एकानं भीत भीत म्हटलं, "मांजर."

"बरोबर." त्यांना आठवलं, मागच्या वर्षीही दुसऱ्या एका वर्गात नामाचं पहिलं उदाहरण मुलांनी 'मांजर'च निवडलं होतं.

"खिडकी! टेबल! घर! रस्ता!"

छान! छान! त्या स्वत:वरच खूष झाल्या. मुलांना सर्व काही बरोबर समजलं होतं. का नाही समजणार? त्यांनी एवढं व्यवस्थित शिकल्यावर? शिक्षिकेच्या चेहऱ्यावर हसू उमटलेलं पाहून मुलांनी पुन्हा कलकलाट सुरू केला. जणू काही नवीन ठेवा त्यांना सापडला होता. माहितीतलेच शब्द मुलं एका नव्या ओळखीनं सांगत होती.

हळूहळू हा उदाहरणांचा वर्षाव वाढतच गेला. तो कसा थांबवावा, हे त्यांना समजेना!

"चाक! ट्रॅक्टर! विहीर!"

"खिळा. खिळा. खिळा."

"हो बरोबर."

तेवढ्यात मागच्या बाकावरून आवाज आला.

"शहर"

"ठीक."

"रस्ता. मेट्रो. सिनेमा. ट्रॅम."

आता मात्र कहर झाला. ही गाडी थांबवायलाच हवी होती. "आता पुरे. तुम्हांला समजलंय, हे मलाही समजलं. आता पुढं जाऊ." गलका थोडा शांत झाला.

एवढ्यात, अचानक, गाढ झोपेतून जाग यावी, त्याप्रमाणे सवूश्किन् उभा राहिला आणि ठासून म्हणाला :

"मी सांगतो. शिशिरातील वृक्षराज."

सगळ्या मुलांनी खी: खी: करून त्याची टर उडविली.

"शांत राहा. ताबडतोब गप्प बसा पाहू?" शिक्षिकेनं टेबलावर मुठी आपटल्या.

"शिशिरातील वृ-क्ष-रा-ज." पुन्हा तितक्याच ठसक्यात सवूश्किन् उत्तरला. त्याला मुलांच्या टिंगलीची पर्वा नव्हती. शिक्षिकेनं शांत बसण्याचा दिलेला इशाराही त्यानं फारसा मनावर नव्हता घेतला. इतर मुलांनी अंदाज घेत घेत उत्तर दिली, तसं हे उत्तर नव्हतं. हे शब्द सवूश्किन्नं अशा रीतीनं उच्चारले, की जणू फार दिवसांचं एखादं गुपित, अगदी न राहवून सांगून टाकावं.

त्याची ही अवस्था न उमगल्यानं आन्ना वसिल्येवना म्हणाल्या, "शिशिरातील कशाला म्हणायला हवं बाळा? नुसतं 'वृक्ष' म्हण."

"नुसता वृक्ष? पण त्याला काय अर्थ आहे? पण जेव्हा आपण म्हणतो, 'शिशिरातील वृक्षराज', तेव्हा त्याला किती महत्त्व असतं. नामाचं उदाहरणही तेच."

"खाली बैस पाहू, सवूश्किन्. हे असं तासाला उशिला आल्यामुळं होतं. 'शिशिरातील' हा शब्द नाम नसून विशेषण आहे आणि ते आपण अजून शिकलो नाही. समजलं? तू जरा मला सुट्टीत खोलीत येऊन भेट."

"हॅऽ हॅऽ हॅऽ वृक्षराज म्हणे! आणि शिशिरातील!" वर्गमित्रांनी पुन्हा एकदा सवूश्किन्ला वेडा ठरवलं.

तो हिरमुसला आणि खाली बसला.

दुपारच्या सुट्टीत आठवणीनं तो त्यांना भेटायला खोलीत गेला.

"बैस."

सवूश्किन् टुणकन उडी मारून आरामखुर्चीवर बसला आणि खाली-वर डोलू लागला.

"मला एक सांगशील? तू रोजच्या रोज असा नेमानं उशिरा का येतोस?"

"ते काही मी सांगू शकत नाही." एखाद्या पोक्त माणसाप्रमाणं तो बोलला. "घरातून तर एक तास आधीच मी बाहेर पडतो."

आता खऱ्या-खोट्याची शहानिशा करणं केवढं कठीण काम होतं! खूप मुलं त्याच्याहीपेक्षा लांब राहायची; पण कुणीही उशिरा नाही यायचं.

"तू राहतोस कुठं? कुझमिनकीमध्ये?"

"नाही अलीकडे. दवाखान्याजवळ राहतो."

"शाबास! आणि एवढ्या अंतरासाठी तुला एक तास लागतो? तुझ्या घरापासून हमरस्त्यापर्यंत पंधरा मिनिटं आणि तिथून पुढं शाळेपर्यंत – सगळं मिळून फार फार तर अर्धा तास."

"पण मी हमरस्त्यानं नाही येत. जवळच्या रस्त्यानं, पाऊलवाटेनं येतो. जंगलातून." सवूश्किन् म्हणाला.

मुलांच्या थापा त्यांच्या अंगवळणी पडल्या होत्या; तरीही त्या गप्प राहिल्या. त्यांना वाटलं, आता हा म्हणेल, "माफ करा, मी खोटं बोललो. मी इतर मुलांबरोबर बर्फात खेळत राहिलो, म्हणून झाला उशीर." पण नाहीच. त्यानं नजर शिक्षिकेवर रोखली होती. जणू त्याला विचारायचं होतं,

"झालं सगळं विचारून? की आणखी काही...?"

"सवूश्किन्, हे बघ मला काही हे पसंत नाही. रोजच्या रोज उशिरा येणं काही चांगलं नाही. मला येऊन तुझ्या पालकांशी बोलावं लागेल."

तो अजूनही खुर्चीत डोलतच होता.

"पण माझ्या घरी तर कुणी पालक नाहीत. फक्त आई आहे."

त्या गोऱ्यामोऱ्या झाल्या. त्यांना त्याची आई आठवली. ती एका दवाखान्यात दाईचं काम करायची. वडील नव्हते. एकटीच चार मुलांना सांभाळायची. कदाचित वेळ नसेल होत याच्याकडं लक्ष द्यायला.

"ठीक तर. मला तुझ्या घरी येऊन आईला भेटावं लागेल."

"माझ्या घरी? या. या. अवश्य या. माझ्या आईला फार बरं वाटेल."

"दुर्दैवानं, तिला बरं वाटेल, असं काही सांगायला नाही माझ्याकडं. आई कामावर कधी जाते? सकाळपासून?"

"नाही. दुपारी तीननंतर."

"काही हरकत नाही. माझं काम दोन वाजता संपतं. उद्या तू मला तिच्याकडं घेऊन चल."

दुसऱ्या दिवशी दुपारी बरोबर दोन वाजता दोघं जायला निघाले. सवूश्किन् त्यांना ओळखीच्या पायवाटेनं घेऊन जाऊ लागला. जंगलाची वाट धरताच शुभ्र बर्फाच्या झुंबरांनी सजलेली झाडं पाहून आन्ना वसिल्येवनांना फार प्रसन्न वाटू लागलं. त्यांना वाटलं, ही शुभ्रता किती संकेतांचं प्रतीक असू शकते! आणखी थोडं पुढं गेल्यावर तर त्यांना एखाद्या परीकथेचा आभास होऊ लागला. पानापानांवर, फांदीफांदीवर बर्फाचे तुरे डोलताना दिसू लागले. या डहाळीवरून त्या डहाळीवर हिंदोळे घेणारे पक्षीही पांढुरके पांढुरके दिसत होते. कुण्या चित्रकारानं आपला कुंचला अलगद फिरवून सारी वनराजी शिशिरशुभ्र करून टाकली होती.

जवळूनच एक झरा वाहात होता, त्याचं ते अवखळ, खळाळतं पाणी! आणि ते मखमली तुषार! जणू आपल्याकडं हितगुज करण्यासाठी बोलवीत होतं. तिथूनच एक पाऊलवाट उंच, वरच्या दिशेला वळत होती आणि तिथून पुढं काहीच दिसत नव्हतं. सगळीकडे नुसत्या बर्फाच्या शुभ्र शाली अंतराअंतरावर दिसत होत्या. वेगवेगळ्या पोताच्या आणि डौलाच्याही. कुठंतरी झाडी विरळ होत राहायची आणि मग सूर्याची लखलखीत तिरीप पानापानांतून जणू पाठशिवणीचा खेळ खेळत राहायची. आन्ना वसिल्येवनांना वाटलं, सवूश्किन्‌ला उगीच नसेल होत उशीर शाळेत यायला. कुणीही भुलून, वेडावून जावं, असंच हे मंतरलेलं जग आहे.

एवढ्यात त्यांचं लक्ष गेलं. त्या बर्फाळ पाऊलवाटेत कुण्या श्वापदाच्या पावलांचे ठसे उमटत गेले होते. कदाचित ते भक्ष्याच्या मोहानं फिरून गेलं असावं.

"जंगली सांबर येऊन गेलं. हे पाहा त्याच्या पावलांचे ठसे" एखाद्या मित्राच्या येण्याची ग्वाही द्यावी, तितक्या सहजेतनं तो बोलून गेला.

"पण तुम्ही जरासुद्धा घाबरू नका." त्यांच्या भेदरलेल्या नजरेला नजर देत तो पुढं म्हणाला, "ते जनावर असलं, तरी फार मायाळू आहे. मारकुटं नाही. तुम्हाला भीती वाटत असली, तर इथं माझ्यापाशी येऊन उभ्या राहा."

"का रे, तू कधी पाहिलंयस त्याला!"

"खरोखरचा म्हणता? जिवंत? नाही पाहिला. पण मला फार बघायचाय त्याला. अगदी रोज मी त्याच्या वाटेकडं डोळे लावून बसतो."

"सवूश्किन्, हा झरा पाहिलास? एवढ्या थंडीतदेखील पूर्ण नाही गोठून गेला. कुठं दाट तर कुठं विरळ बर्फाच्या चादरीत गुरफटलाय. असं का बरं व्हावं?"

"कारण अगदी खोलवर त्या झऱ्याच्या तळाशी संजीवनी शक्ती आहे. ती त्याला गोठू नाही देत. ती पाहा... ती बाऽऽ रीकशी धार पाहिलीत? तिथं उजवीकडे."

त्यांनी विस्फारून पाहिलं. खरंच एक अगदी मृदुल धारा त्या संजीवनी स्रोतातून बाहेर डोकावू पाहात होती आणि वरपर्यंत न पोचताच पुन्हा तळाकडं दडी मारून जात होती.

"इथं या जंगलाच्या गर्भागारात अशी नवलाई निसर्गानं जागोजागी पेरून ठेवली आहे. आपण फक्त पाहायचं आणि आश्चर्य करीत थकून जायचं. या प्रत्येक नवलाईचं रूपही वेगळं आणि आकर्षणही. कुठे म्हणून या दोन धारांत साम्य नाही दाखवता यायचं." सवूश्किनूनं एखाद्या शास्त्रज्ञाप्रमाणे मौलिक माहिती पुरवली. तो वाटाड्यासारखा त्यांच्या पुढं पुढं चालला होता.

"हे बघ. किती अलगद थर आहे बर्फाचा. अगदी पाण्यासारखी सहज धार वाहतेय."

"हॅट! ते तर मी हातानं सरकवतोय पाणी. तुमच्या लक्षातसुद्धा नाही आलं."

त्यांनी जीभ चावली. असं वाटलं, इथली अधिकारी व्यक्तीही सवूश्किन्च. आपण या विषयातील अक्कल न पाजळलेलीच बरी.

सवूश्किन् स्वत:वरच फार खुश झाला. क्षणात पुढे तर क्षणात मागे – तो आनंदलेल्या कोकराप्रमाणे बागडू लागला. आन्ना वसिल्येवनांनी ओळखलं, त्याला हा 'तास' फार आवडत असावा. कारण देणारा भरभरून देत होता. हातचं काहीही राखून न ठेवता...

पाऊलवाट आता मागं राहिली. पुढच्याच क्षणी त्यांनी पाहिलं, शुभ्र वेषातील रुबाबदार पहारेकरी, दुतर्फा उभे होते. भरदार, डेरेदार फांद्या पूर्णत: शुभ्रालंकारात नटल्या होत्या आणि समोर छाती ताठ करून गर्वानं मान उंचावलेला एक वृक्षराज उभा होता. क्षणभर काळजाचा ठोका चुकल्यासारखा वाटला. हे एवढं भव्य, सुंदर काय असावं? इतक्यात सवूश्किनूनं त्यांचं लक्ष वेधलं.

"आन्ना वसिल्येवना, इकडं पाहा. इकडं पाहा. हाच तो शिशिरातील वृक्षराज."

"म्हणजे!"

"मी तुम्हाला उदाहरण नव्हतं का सांगितलं, 'नाम' या व्याकरण प्रकाराचं?" या मनोहारी, स्वर्गीय वातावरणात ते रुक्ष शब्द त्यांना फार बोचू लागले. तत्क्षणी एखादं झुरळ झटकून टाकावं, तसा त्यांनी तो विचार बाजूला टाकला.

त्यानं त्यांचा हात घट्ट धरून ठेवला होता.

"आहे की नाही सुंदर? सांगा ना, सांगा ना...." – पण काही उत्तर देण्याइतपत त्या भानावर नव्हत्या. जणू वाचाच हरपून गेली होती.

तेवढ्यात सवूश्किनूनं धाव घेतली.. वृक्षराजाच्या बुंध्याकडं. तिथं बर्फाच्या खोल कुशीत एक गोळा जणू उठण्याची धडपड करीत होता. त्यानं त्या गोळ्यावरील बर्फ झटकला, आणि हातात धरून घेऊन आला.

"अरे व्वा! साळिंदर? कसं गुरफटून बसलं होतं." त्या म्हणाल्या. नंतर तो बुंध्याच्या पलीकडं गेला आणि दोन लुकलुकते दिवे वाटावेत, असं एक खेळणं घेऊन पुढे आला.

"काय आहे रे?"

"तुम्हीच ओळखा."

"तूच सांग."

"नाही ओळखलंत? हा तर भुऱ्या बेडूक आहे. बर्फामुळं त्याचा रंग असा झालाय."

त्यांनी पाहिलं, हा वृक्षराज नुसताच भव्य, अवाढव्य नव्हता, तर अनेक जीवमात्रांचा उदार आश्रयदाता होता. काहींना कुशीत विसावू देणारा, अंगाखांद्यावर खेळवणारा, निसर्गाच्या लहरी खेळांपासून संरक्षण देणारा. सृष्टीच्या या खजिन्यात अशी कैक रत्नं दडली असतील. ज्याला ती दिसतील, उमजतील, तोच खरा भाग्यवंत. बाकीचे सारे वाटसरू. अगदी नुसते वाटसरू.

पुन्हा सवूश्किन् त्यांच्या हाताला धरून खेचू लागला.

"घोटाळा झाला. सगळा घोटाळा."

"का रे, काय झालं?"

"आता आपल्याला आई भेटणार नाही ना!"

सव्वातीन वाजले होते. आता त्याची आई भेटणंही शक्य नव्हतं. पण ती भेटणं आता जरूर होतं का? तरीसुद्धा पोक्त शिक्षिकेला शोभेल अशा मिश्किल सुरात त्या म्हणाल्या :

"बघ, मी तुला सांगितलं नव्हतं? पायवाट जवळची वाटली, तरी किती फसवी आहे? म्हणूनच तुला उशीर होतो. आता उद्यापासून हमरस्त्यानं यायचं. समजलं?"

तो काही बोलला नाही. नुसतीच मान डोलावली.

त्यांना वाटलं, पराभव आपला झालाय. तो या चिमुरड्यानंच लक्षात आणून दिलाय. काय हरकत आहे, मोकळेपणानं त्याची कबुली द्यायला? त्यांनी आजचा आपला तास आठवला आणि यापूर्वीचेही. किती रुक्ष, अळणी, कंटाळवाणं शिकवणं होतं त्यांचं! भाषा ही निसर्गाच्या सानिध्यातच फुलारत, आकारत असते. तिला त्या तांत्रिक नियमांत, व्याख्यांत डांबून ठेवण्याची काय गरज?

त्यांना मुलांची उत्तरं आठवली आणि सवूश्किन्चंही. 'शिशिरातील वृ-क्ष-रा-ज' नाही तर आपण. मांजर एके मांजर.

त्यांनी सवूश्किन्समोर गुडघे टेकले. त्याचे हात हातात घेतले, आणि म्हणाल्या,

"अच्छा, सवूश्किन्. मी निघते आता. आणि बरं का, तू रोजच्या रोज याच पाऊलवाटेनं येऊ शकतोस.."

"खरंच?"

"अगदी खरं. माझी पूर्ण परवानगी आहे. आता मला सांग, आज तू माझ्यासमोर

हा एवढा खजिना खुला केलास, एवढं काही मला शिकवलंस, कशी उतराई होऊ मी तुझी? सांगशील!''

त्याला हे सारं एवढं अनपेक्षित होतं!

''खरं तर मीच तुमचा..''

''नाही रे नाही. आता लाजवू नकोस मला अधिक.''

''चला, मी तुम्हाला पोचवायला येतो.''

''नको. मी जाईन एकटी. तू घरी जा आता.''

तेवढ्यात त्यानं जमिनीवरची एक काटकी उचलली. आणि तिचं वाकडं टोक मोडून त्यांच्या हातात दिली.

''ही घ्या. जर का एखादं जंगली सांबर अंगावर धावून आलं, तर फक्त त्याच्या पाठीवरून फिरवा. किंवा नुसती उंच उचलून दाखवा. पण मारू नका हं... ते रुसून जंगलात निघून गेलं म्हणजे? मग पुन्हा मला कध्धी दिसायचं नाही...''

''ठीक. ठीक, तू काळजी नको करू. मी काही त्याला इजा करणार नाही.''

त्या काही पावलं पुढं चालून गेल्या आणि त्यांनी मागं वळून पाहिलं, त्या शिशिरातील वृक्षराजाकडं. मावळतीच्या संधिप्रकाशात त्याचं वैभव सोनेरी सोनेरी होऊन गेलं होतं. मूळचं रूपेरी कोंदण झळाळत होतंच. आणि त्याच्या बुंध्यापाशी सवूश्किन्‌ची बालमूर्ती उभी.. निरोपासाठी छोटासा हात उंचावून.

आन्ना वसिल्येवनांचा पाय तिथून निघेना, पण जायला तर हवंच होतं. आज त्यांनी आपल्या शिक्षकी पेशातील फार मोलाचा धडा घेतला होता. पहिला धडा. तोही कुणा पंडिताकडून नाही, तर या चिमुरड्या पोराकडून. त्याचा निसर्गाचा तो अभ्यास, त्याचे ते शोध आणि तो आत्मविश्वास त्यांना खूप काही शिकवून गेला होता. कशा रीतीनं त्या त्याच्या उतराई होणार होत्या?

चालता चालता त्यांना त्याचं ते रोजचं उशिरा येणं आठवलं आणि दार किलकिलं करून भीत-भीत ते विचारणंही –

''मी आत येऊ?''

आणि नकळत, त्या छोट्याशा शिक्षकाच्या स्वागतासाठी त्यांचे दोन्ही हात पसरले गेले. (मूळ आवृत्तीनुसार.)

***

जन्माचे झाले सोने

कन्स्तान्तिन पाऊस्तोवस्की

मूळ कथालेखक कन्स्तान्तिन पाऊस्तोवस्की

कन्स्तान्तिन पाऊस्तोवस्की हे अग्रणी सोविएत रशियन साहित्यिकांपैकी एक होत. त्यांची पहिली कथा १९१२ मध्ये प्रसिद्ध झाली. निसर्गप्रेमी कविमनाचे लेखक म्हणून अतिशय लोकप्रिय. निसर्गाचे शब्दांद्वारे रमणीय चित्रांकन करण्याचे कौशल्य. मातृभूमी, देशप्रेम यांविषयी अनेक कथा. त्याचप्रमाणे प्रसिद्ध लेखक, चित्रकार व संगीतकार यांच्या आयुष्यातील अनेकविध घटना आणि त्यांमधून उलगडत जाणारे या मोठ्या लोकांचे व्यक्तिमत्त्व खुलून दाखवण्याकडे विशेष कल. प्रस्तुत कथा याच सदरात मोडणारी आहे.

इतर प्रसिद्ध साहित्य

'मेशचेर्स्क देश', 'कोलचीस', 'उत्तरेकडची कथा', 'जंगलांची कहाणी', 'एक डिकन्सची घटना', 'बर्फ', 'विणकाम करणारी नास्त्या', 'म्हातारा आचारी' इ. विश्वसाहित्यात अजरामर झालेल्या कथा.

जन्माचे झाले सोने

१७८६ सालची ही गोष्ट. कडक हिवाळ्याचे दिवस होते. व्हिएन्ना शहराबाहेर असलेल्या एका छोट्याशा लाकडी घरात एक आंधळे, म्हातारे गृहस्थ आयुष्याचे अखेरचे क्षण कंठीत होते. हे म्हातारबुवा ऐन उमेदीच्या काळात एका सरदारीणबाईंकडे आचाऱ्याचे काम करीत असत. घर मोडकळीला आले होते. सर्व फळकुटं जीर्ण झाली होती. अगदी घराइतक्याच विपन्नावस्थेत पोहोचलेला एक कुत्रा सतत दरवाज्यापाशी बसून कुरकुर करीत असे, कारण भुंकण्याचंही त्याच्या अंगात त्राण नव्हतं.

काही वर्षांपूर्वी आचाऱ्याचं काम करीत असता चुलीच्या आगीची झळ सहन न झाल्यामुळे म्हातारबुवांची दृष्टी गेली. तेव्हापासून सरदारीणबाईंनी त्यांची रवानगी या लाकडी खोपटीत केली होती. अधूनमधून म्हातारबुवांना त्यांच्याकडून किरकोळ पैसे मिळत असत. त्यांची सतरा-एक वर्षांची मुलगी–मरीया त्यांच्याबरोबर राहात असे. घरात सामान असं काही नव्हतंच. एक पाय मोडलेली लाकडी खाट, त्याच अवस्थेतील एक-दोन बाकडी, एक बेढब मेज, तडे गेलेल्या जुन्या स्वयंपाकघरातील काही कपबशा, चमचे... बस्स, एवढंच. नाही म्हणायला मरीयाचं एक जुनं-पुराण तंतुवाद्य होतं, पण इतकं जुनं की, आसपास होणाऱ्या हालचालींच्या स्पंदनानं त्याच्या तारांतून सूर ऐकू येत असत. म्हातारबुवा मिस्किलपणानं या तंतुवाद्याचा उल्लेख 'जागता पहारेकरी' असा करीत असत. कारण घरात कोणीही शिरत असता प्रथम त्या व्यक्तीला या पहारेकऱ्याची दखल घ्यावीच लागत असे.

मरीयानं म्हातारबुवांना स्नान घातलं व स्वच्छ, पांढरा अंगरखा त्यांच्या अंगावर चढवला. आज म्हातारबुवांचा नूर काही वेगळाच होता. ते मरीयाला म्हणाले, "मला चर्चमधील पाद्री मंडळीविषयी कधीच आपुलकी वाटली नाही. एखाद्या धर्मगुरूला बोलावावं, तर ते मला शक्य नाही. पण मला तर मरण्यापूर्वी सर्व पापांची कबुली द्यायचीच आहे."

"मग मी काय करू म्हणता?" मरीयाने विचारले.

"रस्त्यावर जा"– म्हातारबुवा म्हणाले, "आणि जी कोणी पहिली व्यक्ती तुला भेटेल, तिला घरात येण्याची विनंती कर. त्यांना माझं म्हणणं सांग. तुला कोणी नाही म्हणणार नाही."

"पण आपला रस्ता तर किती निर्मनुष्य, एकाकी आहे," असे म्हणतच मरियानं अंगात गरम अंगरखा चढवला. डोक्याला रुमाल बांधला आणि ती निघाली. अंगण पार करून ती बगीच्यात शिरली आणि तिथून पुढे फाटक ढकलून रस्त्यावर आली. एक चिटपाखरूही दिसत नव्हतं. वाहत्या सुसाट वाऱ्यामुळे झाडांची

सुकलेली, पिवळी पानं सारखी झडत होती. काळ्याभोर आकाशातून अगदी थंड पाण्याचे थेंब खाली धावत होते.

आजूबाजूची चाहूल घेत मरिया खूप वेळ तशीच उभी राहिली. एवढ्यात तिला बगीच्याच्या कडेनं कोणी गुणगुणत चालल्याचा भास झाला. झपाझप पावलं टाकीत मरियानं त्या माणसाला गाठलं आणि मागून साद घातली. "जरा थांबता का?" "कोण आहे?" ती गाणारी व्यक्ती उत्तरली. "मी मरिया, माझ्या वडीलांनी आपल्याला बोलावलं आहे. इथं कोपऱ्यावरच आमचं घर आहे, येता का? फार मेहेरबानी होईल," मरियानं एका दमात सगळं सांगून टाकलं. "ठीक आहे. मी काही धर्मगुरू नाही पण त्यामुळं काही बिघडतही नाही. चला, जाऊया." अनोळखी व्यक्ती आणि मरिया लगबगीनं निघाले आणि घरापाशी येऊनही पोहोचले. अंधुक मेणबत्तीच्या प्रकाशात मरियानं या नवख्या माणसाचं थोडंफार निरीक्षण केलं. बुटक्या, अगदी शिडशिडीत अंगकाठीचा हा माणूस वयानं अगदीच लहान वाटत होता. वेष फार म्हणजे फारच साधा होता. मेणबत्तीच्या प्रकाशात त्याच्या अंगरख्याची काचेची बटणं चकाकत होती. त्यानं लगबगीनं पावसानं ओलं झालेलं डोकं खिशातील रुमालानं पुसलं. म्हातारबुवांच्या खाटेकडं एक छोटंसं स्टूल ओढून घेतलं आणि त्यावर बसला. त्याची नजर म्हातारबुवांच्या चेहऱ्यावर खिळली होती. चेहऱ्यावर असीम आनंद फुललेला दिसत होता.

"आजोबा, बोला आता" पाहुणा बोलू लागला, "देवानं दिला नसला तरी माझ्या कलेनं मला जी शक्ती, अधिकार प्रदान केला आहे, त्या कलेच्या आणि मी आजवर केलेल्या सेवेच्या सामर्थ्यानं आपल्या मनावरील ओझं दूर करून आपल्याला मन:शांती मिळवून देऊ इच्छितो."

म्हातारबुवा क्षीण आवाजात बोलू लागले.

"अंधत्व येईपर्यंत माझी सर्व हयात नित्यनेमानं, इमानानं काम करण्यात गेली आणि जो कामामध्ये गुंग असतो, त्याच्याकडे पापकृत्य करण्यास वेळ कसा असेल? पण माझी पत्नी मार्ता एकदा काही गंभीर आजारानं बिछान्याला खिळली. वैद्यबुवांनी जी महागडी औषधं लिहून दिली होती, ती सर्व विकत घेणं तर मला केवळ अशक्य होतं. वैद्यानं त्याशिवाय मार्ताला मी रोज भरपूर फळाहार व गरम मद्य प्राशन करण्यास द्यावं असंही सुचवलं. पत्नीवरील अपार प्रेमापोटी मी सरदारीणबाईंच्या घरातील एक सोन्याचा मुलामा दिलेलं काचेचं भांडं चोरलं, त्याचे तुकडे तुकडे केले आणि बाजारात नेऊन ते विकले. मला हे सांगताना अतिशय क्लेश होत आहेत... विशेषत: माझ्या मुलीसमोर, कारण दुसऱ्याच्या घरातील धुळीच्या कणावरसुद्धा अभिलाषा धरू नये, असंच मी तिला आजवर शिकवत आलो." म्हातारबुवा क्षणभर थांबून डोळे पुसू लागले.

"पण या कृत्यासाठी सरदारीणबाईंनी कुणाला वेठीला तर धरलं नाही?" पाहुण्यानं मध्येच विचारलं.

"नाही, नाही. कधीही कोणालाही त्यांनी या बाबतीत काही विचारलंही नाही," असं म्हणून म्हातारबुवा अगदी हमसून हमसून रडू लागले. मध्येच थांबून त्यांनी पाहुण्याला विचारले, "तुम्ही सांगा, या औषधांचा उपयोग माझ्या मार्तीला होणार नाही हे मला माहीत असतं, तर मला ही बुद्धी झालीच कशाला असती?"

"तुमचं नाव सांगाल?" पाहुण्यानं विचारलं.

"इओगोन मेरयेर, माझं संपूर्ण नाव", उत्तर मिळालं. "तर इओगोन आजोबा", पाहुण्यानं म्हातारबुवांच्या दृष्टीहीन डोळ्यांवर आपला हात ठेवून बोलण्यास सुरुवात केली, "तुम्ही लौकिकार्थानं कोणताही गुन्हा केलेला नाही. जे कर्म प्रेमाखातर तुम्ही केलं, ती चोरी तर नाहीच, उलट देवाच्या दरबारी पत्नीवरील अपार प्रेमासाठी केलेलं साहस अशीच त्याची नोंद होईल."

"आमीन..." म्हातारबुवा म्हणाले.

"आमीन..." पाहुण्यानं प्रतिसाद दिला. "आता सांगा, तुमची शेवटची इच्छा काय आहे?"

"माझी शेवटची इच्छा आहे की, माझी मरीया पोरकी होऊ नये." म्हातारबुवा दीनवाण्या सुरात बोलले.

"ठीक आहे, ती नाही होणार पोरकी, मी शब्द दिला. याशिवाय,... आणखी काही सांगायचं आहे?" पाहुण्यानं शांत स्वरात पृच्छा केली.

म्हातारबुवा संकोचानं क्षणभर गप्प झाले – "तुम्हाला कसं सांगावं, हा प्रश्न पडला आहे. कृपा करून माझं बोलणं मूर्खपणाचं वाटलं तर राग मानू नका. कदाचित वृद्धावस्थेमुळं माझी बुद्धी चाळली असेल. पण मरताना, या क्षणीसुद्धा माझ्या मनातले विचार फक्त मार्ताचे, माझ्या मार्ताचे. मी, दृष्टीहीन आहे हे तर तुम्ही जाणताच. पण मला माझ्या याच डोळ्यांनी डोळे भरून माझ्या मार्तीला पाहायचं आहे, आमच्या अगदी पहिल्या भेटीतील मार्ता पाहायची आहे.

"लाजरी, टपोऱ्या डोळ्यांची, माझ्याकडे पाहून हळूच हसणारी अशी मार्ता मला पाहायची आहे. सूर्याचा प्रकाश पाहायचा आहे. हा माझा शिशिर ऋतूतील बगीचा... वसंताचं रूप ल्यायलेला, मला दिसायला हवाय." एवढं बोलून म्हातारबुवा अधीरतेनं शून्यात पाहू लागले.

"ठीक आहे", असं म्हणून पाहुणा उठला, त्यानं मोडकळीला आलेलं तंतुवाद्य उचललं आणि पुन: येऊन म्हातारबुवांसमोर बसला. "ठीक आहे", तेच शब्द त्यानं पुन्हा उच्चारले. दृष्टी एकाग्र केली, म्हातारबुवांच्या चेहऱ्यावर ती खिळवली. "ठीक आहे" तिसऱ्यांदा असे म्हणून पाहुण्यानं तारा छेडल्या. सारा आसमंत कंपित झाला.

सुरांनी सारी खोली भरून गेली. अलौकिक संगीताचे सूर जणू शुभ्र पाण्याच्या झऱ्याप्रमाणं खळाळून वाहू लागले. मरीया तिथेच उभी होती. तिला वाटलं, जणू रोमारोमात सुरांचं तालबद्ध नृत्य सुरू झालंय.

"ऐका, लक्षपूर्वक ऐका आणि समोर पाहा, काय दिसतं ते," पाहुणा सूर छेडीत असता मध्येच बोलला.

मरीयाला वाटलं, या जराजर्जर, मोडकळीला आलेल्या वाद्यात आज एवढी कोणती अद्‌भुत शक्ती संचारली आहे. कैक वर्षं शेपटीही न हलवण्याचा त्रास घेतलेला कुत्राही अंग झटकून उभा राहिला. सुरांच्या दिशेनं येऊन खोलीच्या उंबऱ्यापाशी येऊन बसला. त्याचे आळसावलेले कान पूर्ण टवकारले होते. शेपटीनंही ताल धरून अलौकिक सुरांच्या सामर्थ्याची जणू पावतीच दिली. बाहेर निसर्गाचं तांडव सुरू होतंच. टपटप पडणाऱ्या पावसानं दमदार सरींचं रूप घेतलं. बर्फाची शुभ्र पिसं त्या सरींत भिजून चिंब होऊन गेली.

"ती पाहा, ती पाहा मार्ता" हर्षातिरेकानं इतकी वर्षं अंथरुणाला खिळलेले म्हातारबुवा उठण्याची धडपड करू लागले. "पाहुणेबुवा, मला मार्ता अगदी स्पष्ट दिसतेय. मला अगदी तो दिवसही दिसतो. माझ्या आणि तिच्या हातून लगबगीनं दुधाचं मडकं फुटलं होतं. कडक हिवाळा होता. अगदी दाट बर्फात आम्ही डोंगराच्या पायथ्यापाशी भेटलो होतो. आकाश अगदी पारदर्शी, निर्मळ, स्वच्छ दिसत होतं. अगदी मार्ताच्या हसण्यासारखंच," म्हातारबुवांचा चेहरा बोलता बोलता पूर्ण उजळला होता.

आता पाहुण्यानं आपली नजर अंधाराच्या डोहात बुडालेल्या खिडकीकडे वळविली. "आता पाहा, काय दिसतं ते?" पाहुण्यानं विचारलं.

म्हातारबुवा अजून गप्प गप्प होते. ते काहीच बोलत नाहीत असे पाहून पाहुण्यानं पुन्हा विचारलं.

"आजोबा, ती पाहा, खिडकीच्या बाहेर काळीकुट्ट रात्र आता निळी, गुलाबी होऊ पाहतेय. ऊबदार प्रकाशाचे सोनेरी किरण आकाशातून थेट तुमच्याकडे धाव घेत आहेत. थंडीनं गारठलेल्या फांद्यांवर आता कोवळी पांढरी फुलं डोकावत आहेत. सफरचंदाचं झाडही वसंताच्या आगमनानं कसं खुशीत आलंय पहा. शेवाळं तोंड दडवून कुठे खोल जमिनीत धाव घेतंय. पांढऱ्या शुभ्र हंसांचा थवा वसंताच्या भेटीला किती वेगानं आपल्या बागेच्या दिशेनं धावत धावत येतो आहे, पहा."

"दिसलं, मला सर्व काही दिसलं!" म्हातारबुवा आनंदातिरेकानं ओरडले. तंतुवाद्याचे सूर थोडे मंदावले. जणू ते समूहसुरांत प्रभूला प्रार्थनेनं आळवू लागले.

म्हातारबुवांनी मरीयाला खिडकी उघडण्यास सांगितलं. थंड वाऱ्याची झुळूक आत झेपावली. सूर आता शांत भैरवीत रमले होते. पाहुण्याच्या चेहऱ्यावरील एकाग्रता जराही कमी झाली नव्हती.

म्हातारबुवांना फार थकवा आला होता. त्यांनी उशीवर मान टेकली. श्वास संथ होऊ लागला. हाताची बोटं चादरीवर नुसतीच क्षीण होऊन फिरत होती. सूर शांत झाले. पाहुणा नि:शब्द होऊन तसाच बसून राहिला. जणू आपल्याच सुरावटींची मोहिनी त्याच्यावर पडली होती.

एवढ्यात मरीयानं पाहुण्याचं लक्ष वडीलांकडं वेधलं. म्हातारबुवांना काही बोलायचं होतं. ते क्षीण आवाजात एक एक शब्द बोलू लागले, "मी सारं काही पाहिलं. तृप्त झालो. अगदी भरून पावलो. पण मरण्यापूर्वी मला आपण कोण ते माहीत व्हायला हवं. तेवढी एक आणखी मेहेरबानी करा. नाव सांगा, लवकर तुमचं नाव सांगा. मला तुमचं नाव हवंय."

"सांगतो. माझं नाव बोल्फगांग अमेजेइ मोसार्ट" उत्तर मिळालं.

मरीया ते नाव ऐकून दचकली आणि खाटेपासून दोन पावलं दूर झाली. पाहुण्यासमोर तिनं गुडघे जमिनीला टेकून अभिवादन केलं. डोळ्यांत अश्रूंनी दाटी केली होती. तिची नजर वर झाली, तोपर्यंत म्हातारबुवांचे प्राण पंचत्वात विलीन झाले होते. बाहेर तांबडं फुटू लागलं. आकाश शांत, निरभ्र होऊ पाहात होतं. भरलेल्या डोळ्यांनी मरियानं दृष्टी उंचावली. पाहुणाही तिच्या वडिलांच्या बिछान्यापाशी नतमस्तक होऊन उभा होता.

***

सुंदर परी ग, सुंदर परी...

यूरी याकवलेव

मूळ कथालेखक – यूरी याकवलेव

अतिशय लोकप्रिय सोविएत रशियन साहित्यिक. कथाकार म्हणून वाचकांच्या खास आवडीचे आहेत. त्यांच्या कथा जशा लहान मुलांना आवडतात, तशाच मोठ्यांनाही त्या वाचनीय आणि बोधप्रद वाटतात. प्रसंगी लहान मुलांकडून, त्यांच्या निरागसतेतूनही मोठ्यांनी बरंच काही शिकायचं असतं, हे दाखवून देण्याचा लेखकाचा नेहमी प्रयत्न असतो.

'सुंदर परी'च्या खेळानं या मुलांना काय शिकवलं? 'आपला आरसा आपणच तयार करायचा असतो.' 'आपली दृष्टी सुंदर तर जग सुंदर', 'कुरूप माणसांकडं सुंदर दृष्टीनं पाहिलं, तर ती व्यक्तीच काय, पण आपणही सुंदर भासू लागतो', शिवाय, 'सुंदरांनीच सुखी व्हावं असा काही जगाचा नियम नाही,'– या वरकरणी सामान्य वाटणाऱ्या पण खूप काही सांगून जाणाऱ्या शिकवणी.

इतर प्रसिद्ध साहित्य

'तात्पुरता रहिवासी', 'स्रेतेनचे दरवाजे', 'मातीचे मन', 'वैमानिकाचा मुलगा', 'स्वतःकडे पाहताना', 'इवान-विल्लीस' (कथा, दीर्घकथा) इ.

सुंदर परी ग, सुंदर परी....

आमच्या घरासमोर खूप मोठं अंगण होतं. आम्हांला तिथं मनसोक्त खेळायला मिळायचं. परीक्षा संपल्यावर आम्ही सारी मुलं रोज एकत्र येत असू. आम्हांला खेळही खूप ठाऊक असायचे. लपंडाव, चेंडूफळी, बिघडलेला टेलिफोन इ. हे सारे खेळ आम्हांला वडील भावंडांनी शिकवलेले, पण याशिवाय, आम्ही मुलांनी स्वत: शक्कल लढवून बनविलेले असेही काही खेळ होतेच. उदा. सुंदर परीचा खेळ. या खेळात आम्ही आमच्यापैकीच कोणाला सुंदर परी ठरवून तिला सुंदर शब्दांच्या अलंकारांनी सजवीत जायचो. हा खेळ नक्की कुणाच्या सुपीक डोक्यातून आला, हे सांगणं कठीण आहे, पण विशेष म्हणजे तो खेळण्याविषयी कधी कुणाचं दुमत नसायचं. दुपारच्या वेळेस आमचा कंपू एखाद्या झाडाच्या सावलीत जमला की कुणीतरी सहज म्हणायचं,

"चला, आता सुंदर परीचा खेळ खेळायचा का?"

आणि लगेच आम्ही रिंगणात गोल करून उभे राहायचो. आळीपाळीनं प्रत्येकाशी थांबत शब्दांचे वारू धावू लागायचे.

एना-बेना-रेस...

हे गूढ शब्द आमच्या इतक्या परिचयाचे होऊन राहिले होते की, त्यांचं मूळ कोणत्या भाषेत असावं हा विचार करून आम्ही कधी डोकं शिणवलं नाही. वारू धावत राहायचा.

'एना-बेना-रेस
क्विंतरे-काँतरे-झेस.'

सात नंबरच्या घरात आमची एक मैत्रीण राहायची. नीना. आम्हांला नेहमी या वारूनं तिच्याच नावापुढं थांबायला हवं असायचं. आमचा आवाज ऐकताच ती गॅलरीत येऊन उभी राहायची. तिला आधीच ठाऊक असायचं, की सुंदर परी व्हायचा मान आपल्यालाच मिळायचा आहे.

आता आठवतं, खेळातली जरी ती परी असली, तरी प्रत्यक्षात मात्र कुरूपतेची परमावधी होती. नाकाच्या जागी भलंमोठं टेंगूळ होतं. भेंडीच्या शेंगेसारखे ओठ आणि संपूर्ण चेहऱ्यावर काळसर-तपकिरी रंगाच्या ठिपक्यांची दाटी. कपाळही असंच असुंदर आणि अस्ताव्यस्त. बुबुळं का कोण जाणे, फारच निर्जीव वाटायची. केस होते तेलकट आणि तोटके. याशिवाय काही कारण नसताना पोट पुढं काढून चालायची, ते वेगळंच. पण त्या वेळेस मात्र आम्हांला या बाबी कोण क्षुल्लक वाटायच्या! कारण आम्ही सारी होतो लहान मुलं आणि आमच्या लेखी चांगला माणूस सुंदर असायचा तर दुष्ट माणूस कुरूप. अशाच साध्या, सोप्या उपमा आम्ही

तिला बहाल करू लागलो :

"सुंदर परी ग सुंदर परी
दुजी न कोणी तुझ्या परी
तुझ्यापरी ग, तुझ्यापरी
सुंदर परी ग...
कांती तुझी ग सोनसळी
सोनसळी ग सोनसळी
चाल जशी राजहंसी कुणी
सुंदर परी ग सुंदर परी."
सुंदर परी ग...

दाऽत तुझे... दाऽत तुझे"... असं म्हणत कुणी अडखळू लागायचा. बाकीची मुलं त्याला दम भरायची.

"गाढवा, असं चाचरायला काय झालं? नीनाला काय वाटेल? नीट म्हण ना! म्हणा रे सारे...."

"दात तुझे ग कुंदकळी
कुंदकळी ग कुंदकळी
सुंदर परी ग...
नेत्र तुझे ग नीलमणी
नीलमणी ग नीलमणी
सुंदर परी ग..."
चाल जशी राजहंसी कुणी

खेळताखेळता आम्हांला हे सारं इतकं खरं वाटू लागायचं, की आमची खात्री पटू लागायची की, आपल्या नीनाइतकी सुंदर मुलगी जगात कुठं शोधूनही सापडायची नाही. आमच्या जरतारी शब्दांचं भांडार अपुरं पडू लागलं, की नीना स्वतःच पुढं व्हायची आणि एखाद्या खऱ्याच परीकथेतील नायिकेचं मनोगत बोलू लागायची...

"आहेच मी सुंदर. उगवतीच्या किरणांचं मला स्नान घडतं रोज सकाळी म्हणूनच माझी कांती सोनसळी... अवतीभवती पाहिलंत? केवढे हे गुलाबांचे ताटवे! आणि माझ्या श्वासाश्वासातून होणारी ती मंद सुवासाची पखरण....! सकाळी मी असते ताज्या फुलांसारखी टवटवीत, तर दुपारी होते पाण्यात भिजलेली मासोळी, तर सायंकाळी माझं रूप असतं मत्स्यकन्येचं..."

आम्ही ऐकत राहायचो. तिला बोलू द्यायचो. अशा विचारानं, की वाटू दे

बिचारीला आपण सुंदर परी आहोत. एरवी बिचारीचं काय आयुष्य आहे! बटाटे चिरा, धुणी धुवा, पाढे पाठ करा नाही तर, जातायेता कुत्सित नजरा चुकवा... या काय दिमाखानं सांगायच्या गोष्टी थोड्याच आहेत? नीनाचं स्वप्नरंजन चालू राहायचं...

"आणि पाण्यात किनई, आज माझ्याभोवती फेर धरला होता सोनेरी माशांनी. आहे ठाऊक?"

तेवढ्यात न राहवून एखादा चावटपणानं म्हणायचा, "सोनेरी माशांनी? छट्! हे मात्र फारच झालं हं!" नीना पवित्र्यात उभी राहायची.

"खोटं वाटतं तुला? इकडे ये पाहू! हे हात पाहा माझे. कसला वास येतो. पाहिलंस?"

"हो. पाहिलं. तुझ्या हाताला दुसरा कसला वास येणार? नक्की साबणाचाच. आईने कपडे धुवायला लावले असतील बादली भरून. दुसरं काय?"

आम्ही तिची अशी चेष्टा केली, तरी नीना खेळाचा भंग नाही होऊ द्यायची. अंधार व्हायला लागायचा, तसे कपड्यांवरील धूळ झटकून आम्ही जायला निघायचो. घरून आम्हांला मारलेल्या हाकाही आमच्यापर्यंत पोहोचू लागायच्या. आदल्या दिवशी कितीही भांडलो, चेष्टा-मस्करी केली, तरी दुसऱ्या दिवशी पुन्हा त्याच ओढीनं एकत्र जमायचो. एकमेकांची वाटही पाहायचो. कधी अचानक पाऊस पडू लागला की, लगेच कुठल्या पत्र्याच्या शेडखाली धाव घ्यायचो. अंधाराची पर्वा न करता कुठं कंदिलाच्या साथीनं गप्पागोष्टी करीत राहायचो. आणि ऐन कडाक्याच्या थंडीतही कधी घरात बसत नसू. हा खेळ खेळताच राहायचा.

एकदा काय झालं. आमच्या इमारतीत एक बिऱ्हाडकरू दाखल झाले. त्यांचा एक मुलगाही होता. आमच्यापेक्षा वयानं जरासा मोठा, चांगला उंचापुरा होता आणि उंची लपविण्यासाठी बराचसा पोक काढून चालायचा. त्याच्या डाव्या गालावर एक भली-मोठी जन्मखूण होती. ती आमच्या लक्षात येऊ नये, म्हणून मुद्दाम उजवा गाल आमच्या दिशेनं करून बोलत राहायचा. नाक होतं बाकदार – अगदी पोपटाच्या चोचीसारखं. भुवया लांब, कोरीव. अगदी मुलीच्या चेहऱ्यावर शोभाव्यात अशा. त्याला वाटायचं, या अशा भुवयांमुळं आमचं त्याच्याकडं जरा जास्तच लक्ष जात असावं; म्हणून तो आमच्यापासून दूर-दूर राहायचा. पण आम्हांला त्याच्या रूपाशी काय करायचं होतं? गोडी-गुलाबीनं आम्ही त्यालाही खेळात सामील करून घेत असू. एकदा आम्ही त्याला म्हटलं,

"चल, आपण सुंदर परीचा खेळ खेळू. येतोस?"

हा खेळ त्याला माहीत नव्हता, पण एवढी मुलं खेळायला जमलेली पाहून

तोही तयार झाला. आम्ही दादा-मंडळींनी एकमेकांकडे पाहिलं. त्या दिवशीच्या खेळात सुंदर परी त्यानंच व्हावं असं सुचवलं. तो राजी झाला.

खेळाला सुरुवात झाली. पण आम्ही कुंदकळ्या, राजहंसी इ. विशषणे त्याला चिकटवू लागताच त्यानं भेदरून जाऊन तिथून धूम ठोकली. आम्हांलाही चेव चढला. त्याला ऐकू जाईल एवढ्या मोठ्या आवाजात मी म्हणालो,

"अरे जा, जा. उडत गेलास. आम्ही तुझ्याशिवाय खेळू शकतो. समजलास? आमची नीना आहे ना!" पण आम्ही जेव्हा रिंगणात उभे राहिलो, तेव्हा कधी नव्हे तो, नीनानं खेळातून काढता पाय घेतला. लगेच बाजूला जाऊन उभी राहिली.

"मला नाही जमायचं. मी नाही होणार सुंदर परी."

"म्हणजे? हे आणि कुठलं नवं खूळ शिरलं तुझ्या डोक्यात? खेळणार नाही म्हणतेस चक्क?" आम्ही भांडणाच्या तयारीत उभे राहिलो.

"नाही म्हटलं ना? म्हणजे नाहीच. असंच," एवढे बोलून तीही तिथून सटकली.

आमचा कोण विरस झाला! कुणालाच खेळावंसं वाटेना!

नवीन बिऱ्हाडकरूंचा मुलगा झाडापलीकडे जाऊन बसला. नीनाही त्याच्याजवळ जाऊन बसली.

"तू असा 'नाही' का म्हणालास? एरवी तर मीच असते सुंदर परी. नेहमी मलाच निवडतात."– नीना.

"तुला? ते का म्हणून? आणि तू सुंदर आहेस म्हणून तुला सांगितलं तरी कुणी?"– तो मुलगा.

त्याच्याशी आम्ही कुणी वाद घातला नाही. दुर्लक्षच करणं ठीक होतं. नीना मात्र एवढंसं तोंड करून बसली. पण माघार घ्यायला तयार नव्हती;

"पण मलाच निवडतात परी म्हणून... अगदी रोजच्या रोज." "हा शुद्ध मूर्खपणा आहे" तो मुलगा म्हणाला, "आणि एकूणच या अशा पोरकट खेळात मला रस नाही. हॅ! म्हणे सुंदर परी!" "हो ना. पोरकटपणाच. दुसरं काय?" असे म्हणून नीनानंही त्याची री ओढली.

आम्हांला मोठा अचंबा वाटला. पण दिवसेंदिवस असं चकित व्हायची पाळी आमच्यावर वारंवार येऊ लागली. या नव्या मुलाच्या येण्यानं नीनाच्या वागण्यात काही विचित्र बदल घडत चालले. तो रस्त्यावरून चालू लागला की ही नेहमी त्याच्या मागं मागं चालायची रस्त्याच्या दुसऱ्याच बाजूनं, पण ती त्याच्याच पाठोपाठ चालली आहे, हे कुणाच्याही लगेच ध्यानात यायचं. तो बेकरीत गेला, तर ती समोरच्या रस्त्यावर उभी राहून वाट पाहात राहायची, तो कधी बाहेर योतो म्हणून.

सकाळी शाळेत जातानाही तीच तऱ्हा.. त्याच्या इमारतीच्या फाटकाबाहेर येऊन नीना थांबायची. सुरुवातीला त्याच्या लक्षात नाही यायचं, पण समजलं, तेव्हा मात्र तो चांगलाच खवळला.

"खबरदार माझ्या मागं मागं येत राहिलीस तर, लोचट कुठली!"

ती काही बोलली नाही. मान वळवून पाठमोरी झाली. त्याचा राग अजूनही शांत नव्हता झाला. तिला आणखी डिवचता आलं, तर पाहावं, म्हणून तो बोलला, "हे बघ, रिकामा वेळ जरा जास्तच असेल, तर आरशासमोर बैस आणि आपलं थोबाड निरखून पाहा, म्हणजे समजेल; सुंदर परी कशी नसते, ती!"

आम्ही हे ऐकलं मात्र, फार फार खट्टू झालो. हे काही त्यानं ठीक नाही केलं. ही भाषा आम्हांला नवीनच होती. 'कुणाचं नाक कसं, तोंड हनुवटी कशी, कोणाचे केस कसे आणि कुणाच्या गालावर पुटकुळ्या किती' अशा चिंता आम्हांला सतावत नसत. नीनाच्या ओळखीचा एकच आरसा होता, आमच्या शब्दांनी खास तिच्यासाठीच घडविलेला. तिची पोट पुढं करून चालत राहायची ढब किती विचित्र, पण त्या चालीतही आम्हांला 'राजहंसी' दिसायची. नीनाचा आमच्यावर विश्वास होता. पण या महाभागानं मात्र त्या आरशाचा चक्काचूर केला होता. आमच्या मैत्रीतील खेळकरपणा, निरागसता लोपून त्याची जागा या दुष्टाव्यानं घेतली. नीनाला खऱ्या आरशापुढं उभं राहायला सांगून त्यानं एका सुंदर स्वप्नाची समाप्ती केली होती. जेव्हा ती खऱ्या आरशापुढं उभी राही, तेव्हा एक एक स्वप्नचित्र भंगत जाई. ते 'नीलमणी' निळे नाही उरले आणि ती चालही 'राजहंसी' नाही राहिली.

मात्र त्या लहान वयात हे सारं आम्हांला समजायचं नाही. नीनाच्या वागण्याचा विचार करून करून आम्ही अगदी थकून जायचो. आमची मैत्रीण आम्हांला परकी झाली. आमच्याशी ती तिऱ्हाइतासारखी वागू लागली. साहजिकच आम्हीही तिला टाळू लागलो. जवळून गेली, तरी ओळख नाही दाखवायची. आणि या नव्या भाडेकरूला पाहून तर चार हात लांब पळायची.

एकदा जोरदार पावसानं आमच्या खेळात व्यत्यय आणला. एवढ्यात कुणाचं लक्ष गेलं. नीना नवीन भाडेकरूच्या खिडकीखाली उभी होती. काय प्रकार होता, कुणास ठाऊक! काय हवं होतं तिला? अंगावर अगदी तोकडा रेनकोट होता. डोक्यावर छत्रीही नव्हती. तिला आसपासच्या जगाचा विसर पडला होता. तिची अशी अवस्था आम्हांला पाहवेना. काही झालं, तरी ती आमची मैत्रीण होती. हाका मारून आम्ही तिला बोलवू लागलो.

"नीना, इकडे ये ना. अशी एकटी का उभी आहेस? भिजते आहेस ना?"

तिनं काहीच उत्तर दिलं नाही. तसा आमच्यापैकी एक जण पुढं झाला. तिच्या

हाताला धरून तिला आमच्या दिशेनं खेचत आणू लागला. आम्हांला समोर पाहताच ती संतापानं म्हणाली –

"चालते व्हा माझ्या नजरेसमोरून." तिनं अखेर आमच्या मैत्रीला ही अशी वाट दाखवली! आम्ही चालते झालो.

असाच काही वेळ गेला. नीनाला हुडकत हुडकत तिथं तिची आई येऊन पोचली. खूप वेळ तिची समजूत घालत राहिली. घरी चालण्याविषयी मनधरणी करीत राहिली. अखेर नीना तिथून निघून पत्र्याच्या एका शेडखाली येऊन उभी राहिली. तिथं एक मिणमिण दिवा जळत होता. तिच्या आईनं आपला चेहरा दिव्याच्या अगदी जवळ नेऊन नीनाला म्हटलं,

"नीना किती सुकून गेलीस ग! त्या एका मुलानं अव्हेरलं, म्हणून एवढी नाराज झालीस? माझ्याकडं पाहा. मी सुंदर आहे का? नक्कीच नाही. मला कुणी सुंदर म्हणावं, असं माझ्याकडं काहीच नाही. काहीच नाही..."

नीनानं डोळे विस्फारून आईकडं पाहिलं. तिला आईच्या बोलण्याचा उलगडाच होईना! 'सुंदर', 'कुरूप' या आणि अशा शब्दांनी आईच्या आसपास फिरकावंच कशाला? आई ही अखेर आईच. ती सुंदरच असते. पण काय उत्तर द्यायचं, हे न समजून ती म्हणाली,

"मला काय माहीत!"

"जर माहीत नाही, तर ते माहीत करून घ्यायला हवं. पुन्हा एकदा बघ माझ्याकडं. मी इतकी कुरूप आहे, की माझ्या वर्णनासाठी साऱ्या कुरूप शब्दांनीही शरमेनं मान खाली घालावी." आई म्हणाली.

आता नीनाला राहवेना!

"नाही ग आई! तू कुरूप कशी? असं का बोलतेस?" एवढं बोलून ती आईला बिलगली आणि हमसून हमसून रडू लागली. आम्हांला कळेना, ती कोणासाठी रडते आहे? आईसाठी की स्वत:साठी?

आईनं मुलीपेक्षा कैक हिवाळे अधिक पाहिले होते. नीनाची समजूत कशी घालायची, तेही तिला अनुभवानं शिकवलं होतं. मुलीला शांत करीत ती म्हणाली,

"नीना, हे पाहा, जरा ऐक माझं. तुला कुणी कुरूप म्हटलं, म्हणून काही आकाश कोसळलेलं नाही तुझ्यावर. नाही तू 'त्या' मुलाला आवडलीस, तर नाही. आणि सुंदरांनीच सुखी व्हावं, असा काही जगाचा नियम नाही. कुरूप मुलीही सुखी होतात. त्यांचीही लग्नं होतात."

"पण मला मुळी लग्नच करायचं नाहीये." नीना वैतागून बोलली. तिचं म्हणणं आम्हांलाही पटलं. आमच्या नीनानं रडावं, कुणी तिला दु:खी करावं, हे आम्हांला

जराही मान्य होण्यासारखं नव्हतं. आम्ही मागेमागे चालत राहिलो. कुतूहलानं नाही, सहानुभूतीनं. वाटलं, नीनाला अचानक आपली मदत हवीशी वाटली तर?

"नाही करायचं ना लग्न? नको करूस. मी तरी कुठं केलं होतं?"

"म्हणजे? तुझं लग्न नव्हतं झालं? तुला नवरा नव्हता?"

"नाही."

"याचाच अर्थ, मला वडील नव्हते. असंच ना?"

"असं मी कधी म्हटलं?"

आता मात्र नीना संतापली.

"म्हणजे तुला काय म्हणायचंय? आकाशात घिरट्या घालणाऱ्या कुण्या पक्ष्यानं तर मला जमिनीवर नाही आणून टाकलं?"

"तसंच समज."

त्या दोघी अशाच पावसातून वाट काढीत पुढं चालत राहिल्या. दोघींकडेही छत्री नव्हती. आम्ही मात्र गारठ्यानं बेजार झालो होतो.

नीनानं आईला थांबवलं. तिचे दोन्ही हात गच्च पकडले आणि डोळ्यांत रोखून पाहू लागली. तिला नक्कीच आरशाची आठवण आली असावी. ज्यानं नीनाला सुंदर परी ठरवलं होतं, त्याच आरशात तिला आईलाही पाहायचं होतं. आईला कडकडून मिठी मारत ती म्हणाली,

"आई, चल, आपण खेळ खेळू."

"खेळ? आणि मी? वेडी आहेस."

"नाही आई, चलच तू. मी तुला शिकवते."

"काय खेळायचं?"

"सुंदर परीचा खेळ."

"सुंदर परी....?"

हो-नाही करत आई अखेर तयार झाली आणि खेळाला सुरुवातही झाली. हलके हलके आमच्या खेळातील एक-एक शब्द आठवून नीना ते सुंदर अलंकार आईला बहाल करू लागली...

सुंदर परी ग सुंदर परी
आई माझी सुंदर खरी
कांती तुझी ग सोनसळी
दात तुझे ग कुंदकळी
नेत्र तुझे ग नीलमणी
चाल जशी राजहंसी कुणी

प्रत्येक शब्दागणिक नीनाला आई अधिक सुंदर भासत गेली, तसतसा खेळही

रंगत गेला. आम्ही भान विसरून ऐकत राहिलो. पाहता पाहता चकित होऊन गेलो. कुरूप, असुंदर म्हणून जगानं झिडकारलेले ते दोन जीव सुंदर परीराज्यात स्वत:ला हरवून गेले. सभोवतालच्या दुष्ट जगाचा विसर पडत चालला. पावसाचा मारा जाणवेनासा झाला. सरीवर सरी कोसळत राहिल्या. आमच्या आरसेमहालाचे नवनवे कंगोरे खुलत गेले आणि मखमली शब्दांच्या त्या वर्षावात चिंब होत आमचा खेळही खेळता राहिला...

'सुंदर परी ग,
सुंदर परी...'

***

‘आंधळा पाऊस पडत राहतो...’

ग्रिगोरी त्यूत्यून्निक

मूळ कथालेखक – ग्रिगोरी त्यूत्यून्निक

सोविएत युक्रेनियन प्रजासत्ताकातील कमालीचे लोकप्रिय लेखक म्हणून त्यूत्यून्निक यांची ख्याती होती आणि आजही एक समर्थ साहित्यिक म्हणून त्यांच्या नावाला महत्त्व आहे. १९४० मध्ये शिक्षकाचा व्यवसाय करीत असतानाच त्यांनी लिखाणास सुरुवात केली. आपल्या मायभूमी युक्रेनियातील लोकांचं अंतरंग, त्यांच्या समस्या आणि या सर्वांचं सहजचित्रण हे त्यूत्यून्निक यांच्या कथांचं वैशिष्ट्य आहे, त्यामुळे अल्पावधीतच ते खूपच लोकप्रिय लेखक ठरले. त्यांचं जवळजवळ संपूर्ण साहित्य रशियन भाषेत अनुवादित झालेलं आहे.

या कथेतील शेवटची कविता वाचत असताना आंग्ल कवी शेक्सपिअर यांच्या ‘All must come to dust’ तसंच आपल्या कविवर्य भा. रा. तांबे यांच्या ‘जन पळभर म्हणतिल हाय हाय’ या कवितांची तीव्रतेनं आठवण होते.

इतर प्रसिद्ध साहित्य

‘नांगरलेली जमीन’ (कथासंग्रह), ‘ढगांमुळे सूर्य झाकला जाणार नाही’ (दीर्घकथा), ‘झाडाची सळसळ’, ‘भोवरा’ (कादंबऱ्या), ‘ऊस्तीन आणि अन्याना’ (कथा) आणि इतर.

आंधळा पाऊस पडत राहतो...

आणि अखेर, जे होऊ नये, तेच झालं. वयाची तिशी उलटण्यापूर्वीच स्तिपाननं या जगाचा निरोप घेतला. कायमचा निरोप. तो एका असाध्य रोगाचा बळी ठरला.

संध्याकाळी तो परतला तोच मुळी कुरकुरत. थोडं दूध घेतलं आणि पडून राहिला. उठून फाटकापर्यंत जायचंही जीवावर आलं होतं. माशा-त्याची पत्नी समोर येताच स्तिपान म्हणाला, "आज गाडी वळवून गॅरेजमध्ये ठेवणंही जमेलसं दिसत नाही मला. राहू दे रात्रभर फाटकाजवळच. तुला जमलं तर गाडीची केबिन जरा स्वच्छ कर आणि काचा पुसता आल्या तर बघ." असं म्हणून गाडीच्या किल्ल्या त्यानं तिच्या हातात सरकवल्या.

माशानं एकवार खंगत चाललेल्या नवऱ्याकडं पाहिलं आणि ती बाहेर पडली. त्याच्याविषयीचं प्रेम कधीच आटून गेलं होतं. सतत आजारी माणूस समोर पाहून कुणाला काय वाटेल? प्रेम तर सुरुवातीलाही फारसं नव्हतंच. आता तर त्याहूनही नाही. उरली होती ती फक्त दया आणि सहानुभूती. कधी कधी ती स्वत:चाच राग राग करायची कारण ती तर ऐन पंचविशीतील तरुण मुलगी होती. नीटनेटका बांधा, काळेभोर केस, टपोरे डोळे. कुणीही चटकन् लट्टू व्हावं असंच तिचं रूप होतं. दुसरी एखादी असती, तर कधीच एखाद्या अंधाऱ्या बागेचा कोपरा जवळ करून नवऱ्याशी प्रतारणा केली असती. पण तिचं मन धजावत नव्हतं. शिवाय, स्तिपानची आणि तिची एक मुलगीही होती. तशी तिला दोस्त मंडळींची कमतरता नव्हतीच म्हणा! स्तिपानचाच सहकारी सेरगेइ बरेच दिवस तिच्यावर नजर ठेवून होता. सतत तिला एकटीला गाठायला टपलेला असायचा.

गाडी आरशासारखी लखलखीत करून ती घरात जायला निघाली. दिवाणखान्यात पाऊल पडताच तिचं लक्ष समोर खाटेकडं गेलं. तिचे डोळे विस्फारले. हातातून किल्ल्या खाली पडल्या. एक आर्त किंकाळी तिन्हीसांजेची कातरवेळ आरपार चिरत गेली. काही वेळातच सखे-शेजारी जमले. सगे-सोयरेही आले. स्तिपानचे सहकारीही येऊन पोचले. त्यानं झोपताना घातलेली हाताची घडी तशीच होती. नजर आढ्याकडं लागली होती. कुणीतरी पुढं होऊन त्याच्या पापण्या मिटवल्या, मुलगी बाहेर खेळत होती. कुणी तिला आत घेऊन आलं.

दफनाची तयारी करायला हवी होती. घोळक्यातील दोघं जण पुढं झाले, आणि स्तिपानच्या ऑफिसमध्ये निरोप देऊन आले, की 'पेटी' तयार हवी आणि शोकसंगीताचा वाद्यवृंदही. एका शेजाऱ्याला आठवण झाली, स्तिपानची आई कुठं पुलापलीकडं राहात होती. त्यानं पोराला पिटाळलं, "पण किंचाळून सांगू नकोस रे. म्हातारं माणूस आहे. फक्त इकडं बोलावलंय म्हणून निरोप दे."

आणि ज्यांना काहीच करता येण्यासारखं नव्हतं, अशी रिकामटेकडी मंडळी फाटकापाशी उभी राहून चांभारचौकशा करीत होती. माशाचं कसं होणार, मुलीकडं कोण बघणार, असे एक-दोन आणि तेच-तेच प्रश्न पुन:पुन: विचारले जात होते. तेवढ्यात एकाला आठवण झाली ती सेरगेइची. तो वरचेवर माशाला भेटायला यायचा, हे शेजाऱ्यांच्या नजरेतून सुटलं नव्हतं. तो पुढं काही बोलणार, एवढ्यात स्वत: सेरगेइच उपस्थित झाला आणि थेट घरात शिरला. पाहता पाहता मंडळी तर्ककुतर्कात हरवून गेली. रात्रीचं रोजचं शांत वाटणारं रूप दु:खाच्या दुलईखाली दडून गेलं. माणसं पांगू लागली. फाटकापाशी उरली फक्त स्तिपानची गाडी. आज धन्याचे हात लागले नाहीत, म्हणून घराच्या दिशेने जणू डोळे लावून बसली होती.

दफनाच्या तयारीमध्ये एक दिवस गेला. तिसऱ्या दिवशी खड्डा खोदण्याचं काम भल्या सकाळीच सुरू झालं. चार माणसं कामाला लागली. काम मुश्किलीचं होतं. खडक टणक होता. अजून खूप खोलवर मजल मारायची होती. मंडळी अधून-मधून थांबायची, कधी झुरका घेण्यासाठी तर कधी बिअर पिण्यासाठी... मध्येच कुणी बोललं, "काय पण वेळ साधली स्तिपाननं. मरून मरायचं तर अशा हवेत कशाला? आणखी थोडे दिवस थांबला असता तर?" दुसरा एक जण लगेच म्हणाला.

"तू तरी शहाणाच आहेस. ते कोणी सोय-गैरसोय बघून ठरवतं का?" "नाही, केवळ थंडीखातर मी म्हटलं. अशा वेळी माणूस येतानाही विचार करूनच येईल. खणायचं काय, रोजचंच काम आहे आपलं!" तिसऱ्याला वाटलं, आपणही काही बोलायला हवं.

"मला एक कळत नाही. देवाघरचा न्याय अजबच म्हटला पाहिजे. एखाद्याला बघ, तिशीच्या आतच खोल जमिनीतील अंधाराशी एकरूप व्हावं लागतं. तर दुसऱ्याला नातवंडं होतात, पतवंडांशी खेळायला मिळतं, इतकंच काय, खापरपतवंडांबरोबर फोटोला बसायचंही भाग्य मिळतं."

"बरोबर बोललास. एखादा माणूस काल चालताना दिसला, तर आज कायमचा आडवा झालेला. आणि दुसरा मात्र दहा वर्षं अंथरुणाला खिळून राहील. कधी खपेल, म्हणून वाट बघावी, तर तोपर्यंच आपल्याला बोलावणं यायचं."

तेवढ्यात एकाला आठवलं, स्तिपानच्या घराजवळच वरच्या बाजूला एक चांगलं हॉटेल होतं, तिथं हातभट्टीची दारू चांगली मिळायची. सर्वांनी खिसे झाडून चिल्लर गोळा केली आणि जो सर्वांत धाकटा होता, त्याला पिटाळलं आणायला.

थोडीशी पोटात जाताच तरतरी आली. दुपारपर्यंत खड्डा खणून साफ करूनही झाला. फावडी उचलली, अन् खांद्यावर टाकली. चौघं स्तिपानच्या घराच्या दिशेनं चालू लागले. मजुरीचे पैसे अजून मिळायचे होते. घाई करायला हवी होती. कारण

आणखी दोन घरचं बोलावणं होतं.

लांबूनच स्तिपानच्या घरासमोर जमलेली गर्दी दिसत होती. माणसं घोळक्या-घोळक्यांनी उभी होती. कुणी बाजारातून आणलेली, तर कुणी बागेतून खुडून घेतलेली फुलंही तितक्याच दाटीवाटीनं ठेवली होती. स्तिपानची लाडकी गाडीही सजवली होती. ती तर अगदी भांबावून गेली होती. तिला बिचारीला काय माहीत? आज तर स्तिपानचं लगीन लागायचं होतं. जमिनीशी. वरातीसाठी आत नवरदेवाला सजवलं जात होतं.

एवढ्यात खोदणारे कामगार तिथं येऊन पोचले. फाटकापाशी फावडी ठेवली. टोप्या उतरवल्या. नजर झुकली होती. डोळ्यांत उतरलेल्या रक्ताची लाली लपत नव्हती. पण बिघडलं कुठं? आज सर्वांचेच डोळे लाल-तांबूस दिसत होते. कारणं वेगळी असली, म्हणून काय झालं? त्यांना कुणी आत जायला वाट करून दिली. थोड्याच वेळात चौघंही आतून परतले. निरोप घेतला, आणि नवीन कमाईसाठी नव्या जोमानं बाहेर पडले.

कुजबुज सुरू झाली. स्तिपानला बाहेर आणायला हवं. घरासमोर स्तिपानचा साहेब येऊन उभा राहिला. सहकाऱ्यांना त्यानं इशारा करताच ते त्याला बाहेर आणून ठेवण्यासाठी घरात निघाले. वाद्यवृंदाला सूचना मिळाल्या. त्यांच्या गबाळग्रंथी पोशाखावरून शोकाची तीव्रता अधिकच भासत होती. त्यांचा म्होरक्या या अशा प्रसंगांना चांगलाच सरावला होता. तरुण वादक मंडळी मात्र इकडे-तिकडे बघत गर्दीमध्ये काही 'बऱ्यापैकी' नजरेला पडतं का, म्हणून वेध घेत होती.

अखेर समारंभाला सुरुवात झाली. वादक उभे राहिले. स्तिपानचा मृतदेह चारचौघांनी बाहेर आणून खाली अंथरलेल्या शुभ्र शय्येवर ठेवला. जसे वाद्यांचे सूर घुमू लागले, तसतसा परिसर अधिकाधिक दारुण आणि केविलवाणा भासू लागला. वादकांचा म्होरक्या उभा राहून पठडीतील सूचना देऊ लागला.

"जोडी जोडीनं..."

"ओळी ओळीनं–"

"पाय बरोबर रेषेत..."

"डावा हात वर..."

वाद्यांच्या तालात गर्दी हलू लागली. पेटी उचलून सजलेल्या गाडीवर ठेवण्यात आली. तिलाही बरं वाटलं असावं. दोन दिवस मालकानं लक्ष दिलं नाही म्हणून तिला कोण चुटपुट लागून राहिली होती.

दफनभूमीच्या दिशेनं स्तिपानची वरात चालू लागली. पुढचा कार्यक्रम शोकप्रदर्शनाचा. पहिला मान अर्थातच माशाचा. ती लगबगीनं समोर झाली. काय बोलावं, काही समजेना तिला. सेरगेइही बरोबरीनं चालला होता.

"स्तिपाना, माझ्या राजा...! माझा विचार केलास का रे? आता घरादाराचं काय करू? तुझ्या मुलीला वडील कुठून आणू रे?" एवढं बोलून शोकावेगानं ती खाली कोसळली. आपला उल्लेख होताच मुलगी धावत पुढं आली. हे भोवती असं काय चाललंय, हे न उमजून तिनं भेदरून टाहो फोडला. वादकांच्या म्होरक्यानं सवयीनं दोन्ही हात कानावर ठेवले.

एव्हाना माशा पुन्हा भानावर आली.

"कधी खोटं बोलायचा नाही माझा स्तिपान. कधी टाकून नाही बोलायचा. कशाची म्हणून ददात नव्हती रे... दैवा! माझे हात कशाला नेलेस?"

लोक सांत्वनार्थ माना हलवत राहिले. हे सारं खरंच होतं. स्तिपानचा चांगुलपणा वादातीत होताच. त्यामुळं हा शोकही साहजिक वाटत होता. गाडीवरून पेटी पुढं पुढं चालली होती. स्तिपानला गाढ झोप लागली होती. आज त्याचा थाटच न्यारा होता. कित्येक वर्षांपासून हौसेनं शिवून ठेवलेला गर्द निळा सूट अन् तसाच टाय त्यानं घातला होता. समारंभ आले आणि गेले. त्याला वाटायचं, अजून कुठं तिशी येतेय. घाई काय आहे? राहू दे नव्यात. नव्याची नवलाई हरपून गेली. आज मात्र त्याला बरं वाटलं असावं. असा समारंभ पुन्हा व्हायचा नव्हता. "स्तिपाना, माझ्या लेकरा..." कुठून तरी क्षीण आवाजात शोक उमटला. "मला माहीत असतं, तुझ्या आयुष्याची दोरी एवढी लहान तर मी जन्मच कशाला दिला असता? कुणी आई होऊन बघावं, आणि जितेपणी मुलाला जमिनीत सारण्याचं दुःखही भोगून पाहावं... तुला त्रास नको म्हणून मी वेगळी राहिले रे. मला काय माहीत आपण इतक्या लवकर कायमचे वेगळे होऊ? आता मला रोज भेटायला कोण येईल रे?"...

एवढं बोलून ती एकदम गप्प झाली. वाहत्या नळाचं पाणी एकाएकी बंद व्हावं, तशी.

इतक्यात गर्दीतून एक माणूस पुढे आला. छाती पिटून त्यानं आकांत मांडला.

"स्तिपाना, मला दिलेलं वचन मोडलंस की रे... आठवतं तुला, माझ्या मुलीचा हात मागताना काय बोलला होतास? आठवतं? मी तुमच्या मुलीला कधीही अंतर नाही देणार...? आणि आज? हे काय केलंस? आता मी कोणाचा, कसा म्हणून भरवसा करू?"

असं बोलून इकडं-तिकडं पाहात तो माणूस क्षणभर थांबला, अन् पुढं चालू लागला. तो स्तिपानाचा सासरा होता.

वरातीच्या पुढं हातात स्तिपानचा फोटो घेऊन त्याचे मित्र चालले होते. बोलावंसं तर खूप वाटत होतं, पण लहानपणचा प्रिय सवंगडी, इतक्या वर्षांचा मित्र आणि सहकारी असा अचानक अर्ध्या डावातून उठून जाईल, असं कोणाला वाटलं असेल? तसा स्तिपान कधी फारसा बोलका नव्हताच. पण कधी उपस्थित नसला,

तर ते मात्र फार जाणवायचं. कुठं कुणाच्या मदतीला जायचं – मग ते आजारी माणसासाठी असो, की लग्नकार्यासाठी हा सारा कंपू एकदमच, एकमेकांच्या साथीनं बाहेर पडायचा. हां. स्तिपानला कविता वाचणं आणि वाचून दाखवणं मात्र फार आवडायचं.

स्तिपानला खांद्यावरून न्यायला हवं होतं, असं कुणाकुणाला वाटत राहिलं. पण साहेबानंच सुचवलं, स्तिपान ज्या गाडीचा ड्रायव्हर होता, त्याच गाडीनं त्याला सन्मानानं पोचवू. त्यामुळं मित्रांचं काही चाललं नाही.

अखेर वरात समारंभाच्या ठिकाणी येऊन पोचली. वाद्यांनी शोक आवरता घेतला. झाडीतील पक्ष्यांनी एकच गलका सुरू केला. मधमाशा फुलांच्या मिषानं आधीच घोंगावू लागल्या.

समारंभाचा उत्तरार्ध सुरू झाला. स्तिपानचा साहेब गर्दीसमोर येऊन उभा राहिला. खिशातील कागदाची चौहेरी घडी त्यानं बाहेर काढली व घसा खाकरून बोलायला सुरुवात केली.

"मित्रहो!"

आज आपण आपल्या एका उत्तम सहकाऱ्याला निरोप देण्यासाठी जमलो आहोत. त्याच्याविषयी, त्याच्या चांगुलपणाविषयी बरीच मंडळी बोलली. माणूस तर तो लाख होताच, पण शिवाय एक कुशल तंत्रज्ञही होता. आपल्या हाताखालची बरीच माणसं त्यानं कसबी शिक्षकाच्या कौशल्यानं शिकवून तयार केली. आपला हा इवान, तो लिओनिद, तोयुरा, हे सगळे त्याचेच विद्यार्थी. खरं की नाही रे? आणि गाडीच्या तंत्राची त्याला एवढी जाण होती, की त्याचे हात लागताच, ती घड्याळाप्रमाणे सुरू व्हायची इ. इ. इ. तेव्हा मित्रांनो झालं ते फारच वाईट झालं. पण काय करायचं? मरण असं परवानगी विचारून थोडंच येतं? आपण कोणत्याही क्षणी तयारी ठेवली पाहिजे.

प्रिय स्तिपाना,
तुला स्वर्गाचं राज्य लाभो.
मातीची शय्या तुला
पुष्परूप होवो.
तू आमच्या आठवणीत
सदैव जिवंत-जागता राहशील.

"पण तो जिवंत होऊन राहणं कसं शक्य आहे?" माशानं पुन्हा आक्रोश सुरू केला.

"मी म्हटलं आठवणींत जिवंत राहशील. तशी प्रथा आहे म्हणण्याची." साहेबानं लगेच खुलासाही केला.

त्यानंतर स्तिपानचा परममित्र-शिष्य मिकोला पुढं झाला. टोपी उतरवून हातात गच्च धरून ठेवली आणि बोलू लागला :

"गड्यांनो!

माझा आणि स्तिपानचा स्नेह फार जुना. आज मी जो काही आहे, तो केवळ स्तिपानमुळंच. मला ड्रायव्हिंग शिकवून नोकरीलाही त्यानंच लावलं. सुरुवातीचे काही दिवस मी शिकत असताना, तोही गाडीत असायचा. एखाद्याला काम समजलं नाही, तर गोडीनं समजावून द्यायचा. इतरांप्रमाणं त्यानं कधी शिवीगाळ नाही केली." एवढ्यात, घोळक्यातून त्याला कुणी तरी खूण केली आणि त्यानं भाषण आवरतं घेतलं.

"आणखी कोणाला काही बोलायचंय?" साहेबांनी विचारलं.

"तू लिओनिद?"

त्यानं मानेनंच नाही म्हटलं. "मला चार लोकांत उभं राहून बोलायची सवय नाही." असं काहीसं पुटपुटत राहिला. "ठीक तर मग!" मग पेटीकडे नजर टाकून साहेबानं म्हटलं, "आता घरच्या मंडळींना निरोप घेऊ दे."

पुन्हा एकदा वाद्यवृंदानं करुण ठेका धरला. आकांताचे सूर त्यात मिसळून जाऊ लागले. या गोंगाटानं झाडांवरील पक्ष्यांनी एकच गलका सुरू केला व भेदरून चारी ठाव आसरा शोधू लागले. मधमाशांना समोर फुलांचा महासागर भुलावत होता. अधाशीपणानं त्या त्यात डुंबू लागल्या.

स्तिपानचे कुटुंबीय निरोप देऊ लागले.

"स्तिपाना रे, मलाही येऊ दे तुझ्याबरोबर. तू बोलत का नाहीस?"

"काका, काय झालं पपांना? ते कुठं दिसत का नाहीत?"

"स्तिपाना माझ्या लेकरा, या आईनं म्हातारपणी कुणाकडं म्हणून बघायचं?"

अखेर झाकण चढवलं गेलं. हत्यारं आपली कामगिरी बजावू लागली. हातोडे घुमू लागले. माती पेटीवर कोसळू लागली. फावड्यातून, खोऱ्यातून आणि हातांच्या मुठीतूनही.

निकराच्या शोकानं माशा जमिनीवर डोकं आपटून घेऊ लागली. डोक्यावर बांधलेला काळा रुमाल दातात पकडून त्याच्या चिंध्या चिंध्या करू लागली. तेवढ्यात कुणाचे तरी ओळखीचे पाय शेजारी उभे पाहून तिनं नजर वर केली. सेरगेइ उभा होता. तीच ती नजर रोखून.

माशा पुन्हापुन्हा स्वत:ला बजावत राहिली.

"छे! छे! हे पाप आहे. स्तिपान अजून दृष्टिआड व्हायचाय." पण नजर मात्र सेरगेईला धुंडाळत राहिली. त्याची आठवण बेचैन करीत राहिली.

आणि माती... पडत राहिली.

कधी फावड्यातून, कधी खोऱ्यातून तर कधी हातांच्या मुठीतूनही निरोपाचे बोल मातीच्या गर्भात घुमत राहिले, भिनत राहिले. मातीला मोलाचे होत राहिले.

"तुला स्वर्गाचं राज्य लाभो
मातीची शय्या पुष्परूप होवो,
...स्वर्गाचं राज्य,...
पुष्परूप होवो."

माणसं हळूहळू पांगू लागली. कुणी भराभरा पाय उचलीत, तर कुणी भरल्या डोळ्यांनी. कुणाला कामावर जायचं होतं, तर कुणाला बाजारात. कुणाला वाढदिवसासाठी, तर कुणाला दुसरा खड्डा खणायला. तर कुणाला असंच कुठं! कुणाला स्तिपानची ओढ उरली नव्हती म्हणून. पण सारे आपले-परके स्तिपानला सोडून जाऊ लागले. शेवटी मागं उरला तो एकटाच, फुलांच्या गराड्यात आणि मधमाशांच्या गोंगाटात. निरोपाचे शब्द आठवत राहिला. कानांत साठवून घेत राहिला.

त्याचे एक-दोघं जिवाभावाचे मित्र मात्र अजूनही मागं रेंगाळत होते. एकाला जाता जाता एक कविता आठवली. स्तिपानच्या खास आवडीची. खुषीत असला की, तो पुन:पुन्हा ती म्हणत राही. इतरांना ऐकवत राही. नजर नकळत स्तिपानच्या 'समाधी'कडं वळली आणि ती कविता बापडी बोलकी झाली – स्तिपानच्या आवाजात...

*"आंधळा पाऊस पडत राहतो.
झोडपत राहतो
कधी गर्द पिकलेल्या फळांना तर कधी मुक्या कळ्यांनाही.
ती झडत राहतात.
त्यांना वाईट वाटत असेल का?
कदाचित!...
पण कुणी सांगावं?
काहीही असेल...
पण ती हसत राहतात.
एवढं मात्र नक्की
आणि आंधळा पाऊस पडत राहतो
पडत राहतो."*

***

पहिलं पाऊल

मिखाईल बुल्गाकव

मूळ कथालेखक – मिखाईल बुल्गाकव

जागतिक कीर्तीचे सोविएत रशियन लेखक. यशाच्या उत्तुंग शिखरावर विराजमान असतानाच वयाची पन्नाशी गाठण्यापूर्वीच बुल्गाकव यांनी जगाचा निरोप घेतला. 'मास्टर आणि मार्गारिटा' या त्यांच्या अखेरच्या साहित्यकृतीने लोकप्रियतेचे सारे उच्चांक मोडले.

त्यांचे लिखाण थोर रशियन लेखक गोगल यांच्या शैलीची आठवण करून देते. उपहासगर्भ तरीही नर्मविनोदी आणि वाचकांना अंतर्मुख करायला लावणारं. बुल्गाकव यांच्या हयातीत त्यांच्या 'व्हाइट आर्मी' (१९२४) या कादंबरीचा पहिला भाग, 'तरुण डॉक्टरची डायरी' हे कथासत्र इ. साहित्य प्रकाशित झाले.

(१८९१-१९४०) : सोविएत रशियन साहित्यिक किएव (युक्रेन) विद्यापीठाचे वैद्यकीय पदवीधर. १९१९ मध्ये साहित्यक्षेत्रात गद्यलेखक म्हणून पदार्पण. साहित्यात प्रामुख्याने तत्कालीन रशियन बुद्धिजीवी वर्गाच्या बदलत्या आदर्शाचे चित्रण. प्रसंगी कटू, उपहासयुक्त शेरे. खूपशा कलाकृती अप्रकाशित तर प्रकाशित कृतींवर बंदी. नाटककार, लेखक म्हणून श्रेष्ठ दर्जाची निर्मिती. पेरेस्त्रोइकानंतर बंदिस्त साहित्य खुले. लिखाणावर गोगोल, चेखव यांचा प्रभाव.

इतर प्रसिद्ध साहित्य

'तुर्बिन कुटुंबीयांच्या आयुष्यातील दिवस', 'अखेरचे दिवस', 'इवान् वसिल्येविच', 'शर्यत' (नाटके), 'व्हाइट आर्मी' (दुसरा भाग), 'नाट्यगृहातील प्रेमजीवन', 'मास्टर आणि मार्गारिटा', 'कुत्र्याचे हृदय', (कादंबरिका, कथा, इ.)

पहिलं पाऊल

फार फार वर्षं झाली. आज मी एक कुशल, प्रथितयश शल्यविशारद म्हणून ओळखला जात असलो तरी तो काळ माझ्या उमेदवारीचा होता. वैद्यकशास्त्र त्या दिवसांत आजच्याइतकं प्रगत, संशोधनपूर्ण नव्हतं. साहजिकच शस्त्रक्रियेची आधुनिक साधनसामग्रीही आजच्याइतकी सहज व विपुल प्रमाणात उपलब्ध नव्हती.

एका लहानशा गावात मी एक नवशिका डॉक्टर म्हणून दाखल झालो. एकटाच होतो. का कोण जाणे, फार धास्ती वाटायची. शिकत असताना घेतलेला अनुभव वगळता फारसं प्रत्यक्ष ज्ञान गाठीशी नव्हतं. वाटायचं, न जाणो, एखादा आजारी माणूस आपल्याकडं यायचा.... त्याच्या रोगाचं निदान बरोबर नाही झालं तर? समजा, या आडगावी आडवेळेस एखादी पहिलटकरीण सुटकेसाठी दाखल झाली तर? मी एकटा काय करू शकेन? माझं गाव तिथून फारसं लांब नव्हतं. तिथं तीन-चार डॉक्टर-मित्रही होते. सुरुवातीला त्यांच्याबरोबर काम केलं असतं, तर कमीत कमी योग्य वेळी योग्य सल्ला तरी मिळाला असता; पण इथं? इथं सोबत होती, केवळ वैद्यकीय पदवीची. केवळ तीस-एक दिवसांपूर्वी मिळालेला, पण अखेर तो एक छापील कागद! प्रत्यक्ष अनुभवानं येणारं ज्ञान, कसब ही चीज काही वेगळीच असते. आमच्या प्रोफेसरांनी केलेलं हार्नियाचं ऑपरेशन आणि इतर काही किरकोळ ऑपरेशन्स. बस्स. एवढाच माझा अनुभव.

संध्याकाळच्या वेळेस मी असाच खिडकीपाशी बसून राहायचा. एकटाच. हातात चहाचा कप. अवतीभवती अभ्यासासाठी जमवलेल्या पुस्तकांचा ढिगारा. चहाचे घुटके घेत मी पुस्तकांकडे, त्यातील आकृत्यांकडे पाहात राहायचा. त्यामुळं काहीसा दिलासा वाटायचा, एवढंच.

एक दिवस असाच बसलेलो असताना डुलकी लागली. तिथंच सोफ्यावर आडवा झालो. चांगलं आठवतंय. ती नोव्हेंबर महिन्यातील रात्र होती. दारावर कुणाची टकटक ऐकू आली. वाटलं, हा केवळ भित्र्या मनाचा भास असेल. कोण येईल एवढ्या रात्री? इतक्यात पुन्हा कोणी जोरात दार वाजवू लागलं. काही वेळ आणखी जाऊ दिला, मग मात्र उठलो, कपडे चढवले आणि बाहेर आलो. दारात माझी एक मदतनीस उभी होती.

"डॉक्टर, फार गंभीर केस आहे. एक अगदी लहान मुलगी फार आजारी आहे. अगदी मरणाच्या दारातच आहे, म्हणानात. जरा दवाखान्यात येता? काही होण्यासारखं नाहीच, तरीही..."

मी त्वरेनं इस्पितळाच्या प्रवेशद्वारापाशी पोचलो. शस्त्रक्रियेच्या खोलीत सगळीकडे दिवे लागलेले. सर्व मदतनीस तयारीत उभे राहून मी येण्याचीच वाट पाहात होते. आम्ही दरवाजा उघडताच मुलीची आई जवळजवळ धावतच आत शिरली. तिच्या हातात दुपट्यात गुंडाळलेली ती लहानशी मुलगी होती. बाईचा चेहरा भीतीनं पांढराफटक पडलेला. हुंदके देत होती, पण तोंडातून आवाज उमटत नव्हता. तिनं दुपटं उलगडताच जगण्याची धडपड करीत असलेला तो जीव माझ्या नजरेस पडला. तीन-एक वर्षांची असेल मुलगी. इतकी गोड होती म्हणून सांगू! मला परिस्थितीच्या गांभीर्याचाही क्षणभर विसर पडला. कशाशी बरं तिची तुलना करावी? मला वाटतं, फक्त चॉकलेटच्या कागदांवरच अशा मुलांची चित्रं काढतात. कुणीही बाहुली समजून लगेच उचलून घ्यावी, इतकी ती गोजिरवाणी दिसत होती. फक्त तिच्या डोळ्यांच्या कडा गढूळ, फिकट पांढुरक्या वाटत होत्या. बघताक्षणीच मी ताडलं. तिला श्वास घेणं कठीण होत होतं. मुलगी फार तर फार एका तासाभराची सोबती होती. नुसत्या विचारानंच मी कासावीस झालो. हातांचे तळवे ऐन नोव्हेंबरच्या थंडीत घामानं ओले झाले होते.

प्रत्येक श्वासागणिक या मुलीच्या - लीदा तिचं नाव - गळ्याच्या दोन्ही बाजूंना दोन खळगे पडायचे, शिरा ताणल्या जायच्या. कातडीचा मूळचा गुलाबी रंग जांभळा होत जायचा. त्या रंगानं मला परिस्थितीचं भान आलं. मी केलेलं तिच्या आजाराचं निदान, माझ्या डॉक्टरी व्यवसायातील पहिलं पाऊल; पहिलंच असूनही अचूक ठरलं. विशेष म्हणजे माझ्या दोन्ही अनुभवी परिचारिकांचंही तेच म्हणणं पडलं. मला थोडासा हुरूप आला. लीदाला सपाटून सर्दी झाली होती. त्यामुळे घसा अगोदरच खूपसा चोंदला गेला आहे. काही वेळातच तो पूर्णत: बंद होईल. आजाराचं गांभीर्य आणि त्या कोवळ्या जीवाचा संभाव्य शेवट, यांमुळं त्या खोलीतील मूळचं उदास वातावरण अधिकच करुण बनलं.

"किती दिवस ही अशी आजारी आहे?"- मी त्या शांततेचा भंग करीत विचारलं.

"पाचच दिवस झाले डॉक्टर, फक्त पाच दिवस,"- तिच्या आईनं खालमानेनं उत्तर दिलं.

"पाच दिवस? कशाची वाट पाहात घरी थांबला होता?" मी विचारलं एवढ्यात माझ्या मागून कुणी रडक्या सुरात म्हटलं,

"डॉक्टर, फार नाही, फक्त पाचच..."

मागं वळून पाहताच गरम रुमालात गुरफटलेला मुलीच्या आजीचा चेहरा

दृष्टीस पडला.

"मी तुम्हाला नाही विचारलं. गप्प राहा तुम्ही," - मी चिडूनच म्हटलं.

मुलीच्या आईनं काही न बोलता दुपट्ट्यात गुंडाळलेला तो अभागी जीव आजीबाईंच्या हातात दिला आणि माझ्यापुढे गुडघे टेकून बसत म्हणाली,

"पोरीच्या तोंडात चार थेंब औषध घाला, डॉक्टर. फार उपकार होतील तुमचे." यावर मी काही उत्तर न दिल्यामुळं बोलता बोलताच जमिनीवर डोकं आपटून घेऊ लागली.

"पोरीला वाचवा माझ्या. तिचं काही बरंवाईट झालं, तर इथंच जीभ हासडून प्राण देईन. एक-दोन थेंब तरी..."

"हे रडणं-भेकणं ताबडतोब थांबवा. नाही तर मी काही यात लक्ष घालायचा नाही," – मीही आता कठोर बनलो.

झग्याचा घोळ आवरीत ती उठली. मुलीला आपल्या हातात घेतलं आणि तिला आंदोळू लागली. आजीबाईंनी पुटपुटतच देवाचा धावा सुरू केला. मुलीच्या जिवणीची काहीशी अस्पष्ट हालचाल होत राहिली. शीळ घालताना व्हावी, तेवढीच. आजीबाईंकडं पाहात माझा मदतनीस म्हणाला,

"खेडेगावातील लोकांना हे एवढंच ठाऊक. मंत्र-तंत्र आणि जपतप. आपला हेका आणि खेळ दुसऱ्याच्या जीवाशी!" तो एवढा संतापला की, त्याच्या अणकुचीदार मिशाही त्या रागाच्या भरात वेड्यावाकड्या होऊ लागल्या. मुलीच्या आईचा गोरापान चेहरा एव्हाना काळवंडला होता.

"डॉक्टर, पोरीची काहीच आशा नाही का हो?" तिनं विचारलं.

"नाही. यत्किंचितही नाही." मी थंडपणानं उत्तरलो.

"अरे, कुणी दोन थेंब घालील की नाही तिच्या तोंडात? तुम्ही माणसं आहात की...?"

मला कळत होतं, हे शब्द मलाच उद्देशून आहेत. पण काहीच न बोलता गप्प राहिलो. मग मात्र राहवलं नाही.

"कसले थेंब देऊ म्हणता, बाई? तुम्हीच सांगा. मुलीचे प्राण कंठाशी आलेत. इतक्या जवळ डॉक्टर असून या अजाण पोरीचा अंत उघड्या डोळ्यांनी पाहात घरी थांबून राहिलात. आता सल्ले कसले देता?"

आजीबाई माझ्या डाव्या खांद्याशी येऊन उभ्या राहिल्या आणि कण्हत बोलू लागल्या,

"कसले थेंब म्हणून काय विचारतोस? तू डॉक्टर म्हणायचा ना? मग तुलाच माहीत कसले..."

मी त्यांना पुन्हा गप्प केलं. ऑपरेशन करायला हवंच होतं. उरलासुरला धीर

गोळा करून मी परिचारिकांना मुलीला ताब्यात घेण्यास सांगितलं. प्रखर दिव्याच्या प्रकाशात मला मुलीचा संपूर्ण घसा निरखून पाहता आला. यापूर्वी माझ्याकडे घटसर्प झालेला रुग्ण कधीच आला नव्हता. घशामध्ये काहीतरी पांढरा द्रवपदार्थ गच्च साठला होता. त्याचे बुडबुडे येत होते. कुठे दाट तर कुठे विरळ. मुलीला अचानक खोकल्याची उबळ आली. आणि एक उलटी होऊन तो सारा द्रवपदार्थ माझ्या चेहऱ्यावर पसरला. माझ्या डोक्यात काही दुसऱ्याच विचारांनी गर्दी केली होती, त्यामुळे या द्रवपदार्थामुळे आपल्या डोळ्यांना काही अपाय होऊ शकेल, हा विचारही मनात आला नाही.

"अखेर हा घटसर्प आहे तर!" मी स्वत:शीच बोललो.

"पण उशीर झाला. मुलगी तर हातची जाणारच. शस्त्रक्रिया करायला हवी. अगदी अखेरचा उपाय म्हणून."

बोलून गेलो खरा, पण मग मात्र माझी त्रेधा उडाली. कशाला मी असं बोललो असेन? पण गप्प राहून तरी काय फरक पडणार होता? पण जर या दोघींनी शस्त्रक्रियेस आडकाठी केली तर? तर?...क्षणभर मनात विचार डोकावला.

"शस्त्रक्रिया? म्हणजे? काय म्हणायचंय तरी काय तुम्हाला?"

"हो शस्त्रक्रिया करावीच लागेल. गळ्याला खालच्या बाजूला छेद देऊन तिथं चांदीची नलिका बसवावी लागेल. तरच ती थोडाफार श्वासोच्छ्वास करू शकेल. कदाचित, वाचेलही..."

आईनं माझ्याकडं पाहिलं. भ्रमिष्टाकडं पाहावं तसं. काही न बोलता मुलीला माझ्या हातातून जवळजवळ हिसकावूनच घेतलं. आजीबाईंची बडबड पुन्हा सुरू झाली.

"अग, काय ऐकतेस त्याचं? चक्क नाही म्हणून सांग. आई आहेस तू. गळ्यावर सुरी चालवणार?"

या बोलण्याकडं लक्ष न देता साहाय्यिकांना मी साधनं सज्ज ठेवण्यास सांगितली. पात्यांची धार पाहून तिथं रडारड सुरू झाली. खिशातून घड्याळ काढीत मी म्हणालो,

"मी पाचच मिनिटांचा अवधी देतो. विचार करा दोघी. पाच मिनिटांत होकार नाही मिळाला, तर मात्र माझा नाईलाज आहे. नंतर मला बोल लावू नका."

"नाही, नाही. ते शक्य नाही. आम्ही मान्यता देणं कदापि शक्य नाही." दोघी एकासुरात बोलल्या.

"ठीक आहे, तुमची इच्छा," असं म्हटलं अन् मी सुटकेचा नि:श्वास टाकला. बरंच झालं. केवढं संकट टळलं. इकडे तिकडे पाहतो, तर परिचारिकांच्या नजरेत विस्मय् अन् भीती. जणू त्यांना म्हणायचं होतं,

"डॉक्टर, त्या नाही म्हणाल्या, तसे तुम्हीही हातपाय गाळले?" एव्हाना मुलीची नखं निळी पडू लागलेली. तरीही त्या दोघींना हेका सोडला नाही. मीही आपला निर्णय कायम ठेवून दोघींना मुलीला घेऊन बाहेर जाण्यास सांगितलं. बाहेर पॅसेजमध्ये बसून दोघी रडत राहिल्या. त्या छोट्या मुलीची अस्पष्टशी शीळही ऐकू येत राहिली. काही वेळातच मदतनीस धावत आला.

"डॉक्टर, त्यांची परवानगी आहे शस्त्रक्रियेसाठी."

हे ऐकलं मात्र, माझ्या हातापायांतील जणू बळच नाहीसं झालं. पुन्हा एकदा सर्वांना आवश्यक त्या सूचना दिल्या आणि तिथून बाहेर पडलो. बर्फाचं सुसाट वादळ एकीकडे घोंघावत होतं, दुसरीकडे डोक्यात नको नको ते विचार थैमान घालीत होते. धावतच घरी आलो. पुस्तकांच्या गठ्ठ्यातून एक पुस्तक हुडकून काढलं आणि भराभर त्याची पानं चाळू लागलो. अखेर सापडलं एकदाचं हवं ते पान. हवी ती असलेली आकृतीही दिसली. तिथं सर्व काही स्पष्टपणानं दाखवलं होतं. संपूर्ण घसा खोललेला आणि धारदार पात्याच्या सुरीनं श्वासनलिकेला श्वसनासाठी एक छिद्र पाडलेलं होतं. त्याखालील माहिती वाचू लागलो. अक्षरं नजरेसमोर नाचू लागली. काही समजेनासं झालं. अशी शस्त्रक्रिया मी करणं तर सोडाच, पण पाहिलेलीही नव्हती. पण आता मागं फिरण्यात अर्थ नव्हता. उदास डोळ्यांनी एकवार नजर फिरवली. एकदा आकाशातील फिकट निळाईकडं, तर एकदा पुस्तकातील त्या आकृतीकडं. तसेच पाय ओढत मी शस्त्रक्रियेच्या खोलीत दाखल झाली. पारदर्शक पडद्यापलीकडं ठेवलेल्या दुधारी पात्यांची चकाकी... प्रखर प्रकाशाचे ते झोत...मला चांगलंच कापरं भरलं.

मुलीला त्या दोघींच्या हातांतून जवळजवळ हिसकावूनच घेतलं. तिची आई पुन्हा दबलेल्या आवाजात रडू लागली. त्याचबरोबर बोलणंही चालू होतं - "नवरा बाहेरगावी गेलाय. परत येईल, तेव्हा त्याला काय सांगू? समजलं, तर नरडीचा घोटच घेईल माझ्या." मदतनीसानं त्यांना बाहेर पाठवून दरवाजा लावून घेतला.

आत आम्ही मोजकीच माणसं उरलो. मुलीला टेबलावर घेतलं, शांत केलं. गळा स्वच्छ पुसून त्याला औषध लावलं. सुरीनं तिच्या गळ्याला उभा छेद दिला. रक्ताचा एक थेंबही उमटला नाही. दुसऱ्यांदा सुरी फिरवली. तरीही रक्ताची निशाणी दिसेना. मेंदूला ताण देऊन त्या पुस्तकातील काही नियम, काही आकृत्या आठवू लागलो. काही आठवताच दुसरी एक बोथट सुरी घेऊन त्या दोन्ही व्रणांमध्ये रक्ताची छटा दिसते का, ते पाहू लागलो. तेव्हा जखमेखाली एकाएकी काळसर रक्ताचे थेंब दिसू लागले. बघता बघता जखम रक्तानं भरून गेली आणि त्याचे ओघळ मानेवरून वाहू लागले. हातात लहान चिमटे घेऊन दोन्ही व्रणाच्या कडा मी दाबून धरल्या, पण रक्ताचा तो ओघ मी नाही थांबवू शकलो. आता काय करायचं?

मदतनीस माझ्याकडं पाहू लागले. त्या वेळी मला स्वत:चा कोण तिरस्कार वाटू लागला. वाटलं, काय दुर्बुद्धी झाली अन् या पेशात शिरलो! हातात दोन्ही चिमटे धरून जखमेत ते पुन्हा रुतवले आणि अचानक रक्त वाहायचं थांबलं. जखम आम्ही कापसानं पूर्ण पुसून काढली. दोन्ही व्रणांना जरा ताणून पाहिलं, तरी श्वासनलिका मात्र अजून दिसेना. समोर दिसत होतं, ते पूर्णत: माझ्या आकलनाबाहेरचं होतं. ही जखम आजवर पाहिलेल्या कोणत्याच आकृतीशी आणि अनुभवाशी साम्य दाखवीत नव्हती. मी हातातील साधनांनी असाच काही काळ श्वासनलिका हुडकत राहिलो. कधी कात्रीनं तर कधी सुरीनं. माझी आशा मावळत चालली. वाटलं, आपण हा शस्त्रक्रियेचा विषयच कशाला काढला? कुणी सक्ती तर नव्हती ना केली? मुलीच्या आयुष्याचा शेवट व्हायचाच होता. आपोआपच. कारण चूक तिच्या घरच्या माणसांचीच नव्हती का?

पण आता मात्र ती माझ्या टेबलवर प्राण सोडणार होती. अशी ही अर्धवट जखम घेऊन. जखमही मीच केली होती. आता मी कोणत्या रीतीनं स्वत:ला निर्दोष सिद्ध करू शकणार होतो? ठेवावी का सुरी खाली? सांगावं का, की मी काही करू शकत नाही म्हणून? पण तसं सांगायचीही लाज वाटू लागली. मुलीच्या आईचा चेहरा डोळ्यांपुढून हालत नव्हता. पुन्हा एकवार सुरी हातात घेतली आणि शून्य मनानं जखमेत ती खोलवर रुतवली. पाहता पाहता स्नायुंचा पेशीसमूह मोकळा झाला आणि समोर श्वासनलिका स्पष्टपणानं दिसू लागली.

"चिमटे! कात्री! आकडे!-"मी जवळजवळ ओरडलोच. मदतनीसांनी ते पुढे करताच दोन्ही बाजूंनी दोन आकडे मी रुतवले आणि त्यांपैकी एक मदतनीसाच्या हाती दिला. साधारण करड्या रंगाची श्वासनलिकेची वर्तुळेच मला दिसत होती. बस्स. एवढंच धारदार कात्री घेऊन मी ती श्वासनलिकेत खोलवर रुतवली. ती जखमेवर स्पष्टपणानं वर आल्याचं स्पष्ट दिसू लागली. माझ्या मदतनीसाला धीर निघेना. जेवढं टोक हाताला लागेल, ते घेऊन तो ती श्वासनलिका बाहेर खेचण्याचा प्रयत्न करू लागला. इतक्यात माझ्यामागे उभ्या असलेल्या परिचारिकांच्या तोंडून चीत्कार बाहेर पडला. मी नजर वर करताच सारा प्रकार ध्यानात आला. खेळती मोकळी हवा बंद झाल्यामुळे माझ्या मदतनीसाला भोवळ आली होती. हातात आकडे तसेच धरून तो खाली कोसळला, त्यामुळे मूळची जखम अधिकच मोठी झाली होती.

आज सर्व मनाविरुद्धच घडायचं होतं. सारा खेळ जवळजवळ संपलाच होता. लीदाला निरोप द्यायलाच हवा होता. हे अखेर विधीलिखितच. दुसरं काय? आता घरी जातो आणि तत्क्षणी स्वत:वर गोळ्या झाडून घेतो. आता मला हे सोसवत नाही. नेमक्या त्या क्षणी परिचारिका पुढं झाल्या. खाली पडलेल्या मदतनीसाच्या

हातातून त्यांनी आकडे काढून घेतले, माझ्या कपाळावरील घामही पुसला आणि त्यांतील एक म्हणाली,

"डॉक्टर, धीर सोडू नका, आम्ही आहोत."

खाली कोसळलेल्या मदतनीसाच्या डोक्याला खोल जखम झाली होती, पण आम्ही त्याकडं दुर्लक्ष केलं. ही वेळच तशी होती. श्वासनलिकेत चिमटा खूप खोलवर रुतवून मी त्यात चांदीची नळी बसवली. ती अगदी सहजगत्या चपखलपणे बसली, पण मुलीची हालचाल काहीच नव्हती. कारण अजूनही श्वासनलिकेपर्यंत हवी तितकी मोकळी हवा पोचत नसावी. पण करण्यासारखं काहीच उरलं नव्हतं. एव्हाना माझी अवस्था फारच रडवेली झाली होती. मला तिच्या आईचे अश्रू आठवले. त्यांचं मोलही समजलं. खोल उसासे टाकीत मी जागीच उभा राहिलो.

एवढ्यात लीदाचं शरीर कमालीच्या वेगानं हिंदोळू लागलं. घशामध्ये साठून राहिलेला द्रवपदार्थ कारंज्याप्रमाणे बाहेर येऊन वाहू लागला. घसा मोकळा होताच, ताजी हवा आत शिरली आणि किंचित श्वास घेताच आपल्या केविलवाण्या अस्तित्वाची जाणीव त्या जीवानं दिली कर्णकर्कश्श टाहो फोडून. तसा भोवळ आलेला माझा मदतनीस उठून उभा राहिला व लगबगीनं जखम शिवण्यास मला मदत करू लागला.

माझ्या नजरेसमोर अश्रूंची कैक पटलं दाटीवाटीनं उभी राहिली. माझे मदतनीस, परिचारिका, या सर्वांनी एकमुखानं माझं अभिनंदन केलं.

"शाबास डॉक्टर! धन्य आहे तुमची! किती धीरानं निभावून नेलंत!"

वाटलं, ही जणू माझी थट्टाच आहे. नजर वर करून पाहण्याचं धाडसही मी केलं नाही. कुणीतरी पुढं होऊन खिडक्या-दारं उघडली. ताजी, मोकळी हवा सर्वत्र खेळू लागली. लीदाच्या रडण्यानं उदास आसमंत पुन्हा एकवार जिवंत झाला. तिला कपड्यात गुंडाळून दुसऱ्या खोलीत नेलं. इतक्यात लीदाची आई दरवाज्यात येऊन उभी राहिली. दोन्ही हात कमरेवर. नजरेत एखाद्या रानटी जनावराचा विखार वाटावा, असा अंगार फुललेला.

"डॉक्टर!"

"बोला!"

"काय सांगणार मला, डॉक्टर?"

जेव्हा तिच्या प्रश्नाचा रोख माझ्या ध्यानात आला, तेव्हा घामाचा एक मोठा ओघळ मानेवरून खाली पाठीकडे सरकत गेल्याचं मला स्पष्ट जाणवलं. वाटलं, समजा या मुलीचं टेबलावर काही बरवाईट झालं असतं तर? तर या विषारी नजरेनंच मी भस्मसात झालो असतो. आता ती कल्पनासुद्धा सहन होत नव्हती.

"काही काळजी नका करू. जगेल तुमची मुलगी. एवढंच, की तिच्या गळ्यातील ती नळी काढेपर्यंत मात्र ती काही बोलू शकणार नाही." मी उत्तरलो.

एवढ्यात मुलीची आजीही हजर झाली. मुलीची खुशाली समजताच तिनं कडाकडा बोटं मोडली. बहुधा मला आशीर्वाद दिले असावेत. पण आता मला तिच्या रागालोभाची पर्वा नव्हती, इतका मी थकून गेलो होतो.

महिन्यांमागून महिने गेले. या काळात मी बरंच काही पाहिलं, अनुभवलं आणि अनुभवांतून शिकलोदेखील. याहूनही खडतर प्रसंग आले आणि गेले. एक दिवस असाच संध्याकाळी खोलीत बसलो होतो. एक बाई समोरून येताना दिसल्या. त्यांच्या हाताला धरून एक छोटीशी मुलगी लुटूलुटू चालत येत होती. तिच्या मानेला गरम रुमाल गुंडाळलेला होता. मला लीदाची ओळख पटली.

"अरे व्वा! ही कोण बाहुली आलीय आमच्याकडं?" मी म्हटलं, "कशी आहे तुमची छोकरी?"

"छानच आहे. काहीच तक्रार नाही."

लीदाच्या मानेभोवती गुंडाळलेला गरम रुमाल काढला. मी हळुवारपणानं तिची हनुवटी वर उचलली. गळ्यावर एका उभ्या छेदाचा व्रण आणि दोन बारीकशा टाक्यांच्या खुणा तेवढ्या राहिल्या होत्या.

"सर्व काही ठीक आहे. आता पुन्हा नाही आलात, तरी चालेल." "डॉक्टर, मी ऋणी आहे तुमची, आणि माझी मुलगीही. हे आभाराचे कोरडे शब्द नाहीत डॉक्टर. आईचा दुवा आहे. कधीच वाया नाही जाणार. लीदा, बेटा काकांना सांग, स्प-सी-बा! स्प-सी-बा!"

पण ती बाहुली अजून भांबावलेली होती. जणू तिला म्हणायचं होतं, हे कोण कुठले काका, आणि त्यांचे आभार कशासाठी मानायचे?

पुन्हा मी तिला कधी पाहिलं नाही. माझा व्यवसाय विस्तारत चालला. त्याबरोबर माझा नावलौकिकही. कुठून कुठून दूर अंतरावरून माझ्याकडं उपचारासाठी माणसं यायची. जितक्या विश्वासानं यायची, तितकाच दिलासा बरोबर घेऊन परत फिरायची. एक दिवस असा आला, की माझ्याकडे एका दिवशी एकशे दहा रुग्ण उपचारासाठी आले. सकाळी आठ वाजता सुरू झालेलं काम रात्री नऊ वाजता संपलं. ज्येष्ठ परिचारिका मला म्हणाली,

"डॉक्टर, आजच्या दिवसाच्या यशाचं, श्रेय तुमच्या त्या पहिल्या शस्त्रक्रियेला द्यायला हवं. माहीत आहे, आपल्या जवळपासच्या गावांतील लोक काय म्हणतात? म्हणतात, तुम्ही अद्‌भूत जादूगार आहात. छोट्या लीदाला जीवनदान दिलंत, म्हणून तुमचं केवढं कौतुक करतात. खास लीदाला पाहण्यासाठी म्हणून माणसं तिच्या खेड्याकडे येतात आणि मग तुमच्याकडे बरे होऊन जाण्यासाठी ही अशी गर्दी

लोटते. सारं श्रेय केवळ तुमचंच. किती शांतपणानं त्या दिवशी तुम्ही त्या समरप्रसंगाला सामोरे गेलात...''

मी संकोचानं कसेबसे आभाराचे दोन शब्द बोललो. लगेच मान फिरवली. मला तो दिवस आठवला. त्या शांतपणामागे दबलेलं वादळ, असहायता आठवली आणि पराभवाची भीतीही. मग हे श्रेय फक्त माझं कसं? आणि हे यशाचे तुरे? त्यांचा मानकरी मी एकटाच कसा? परिश्रम माझे तर होतेच, तसेच साहाय्यकांचेही. माझं कसबही त्या दिवशी मी पणाला लावलं होतं. पण याशिवाय.. आणखी...काहीतरी.....? लीदाला मृत्यूच्या मिठीतून मी सोडवलं होतं. जसा दुवा तिच्या आईनं दिला, तसाच त्या छोट्या जीवानंही दिला असणार. ते माझं पहिलंच पाऊल होतं.

खरंच, पहिल्याच पाऊली मिळालेला तो दुवा आणि त्यानंतर मिळत गेलेली ही यशसंपदा हे त्या दुव्याचं उदार दान तर नसेल?

***

ऋणानुबंध

नोदर दुम्बाद्झे

मूळ कथालेखक – नोदर दुम्बाद्झे

सोविएत-जॉर्जियन प्रजासत्ताकातील सुविख्यात लेखक. नोदर दुम्बाद्झे केवळ साहित्यिक म्हणून श्रेष्ठ आणि नामवंत नव्हते, तर आपल्या हयातीतच लोकप्रियतेचे सारे उच्चांक त्यांनी मागं टाकले होते. त्यांच्या आकस्मिक निधनाची बातमी समजताच त्यांच्या जन्मगावी जाऊन अंत्यदर्शन घेण्यासाठी देशाच्या अक्षरश: सर्व कानाकोपऱ्यांतून, कोणत्याही अडचणींची तमा न बाळगता, मिळेल ते वाहन घेऊन चाहत्यांचे लोंढे येत होते. त्यांनी काही लिहिलं आणि वाचकांनी ते उचलून धरलं नाही, असं कधीच झालं नाही. लेखक लहान मुलांच्या विश्वात मनापासून, अतिशय जिव्हाळ्यानं रमायचे. त्यांच्या इच्छेनुसार जॉर्जियाची राजधानी त्बिलिसी येथे मुलांसाठी 'म्झिउरी' (Mziuri म्हणजे 'प्रकाशमय') उद्यान बांधलं गेलं आहे. त्यांच्याच अंतिम इच्छेनुसार या उद्यानाजवळच नोदर दुम्बाद्झे यांचा दफनविधी करण्यात आला.

इतर प्रसिद्ध साहित्य

'आज्जी, इलिको, इल्लारियन आणि मी', 'माझी दृष्टी सूर्याकडे', 'उन्हातील

रात्र', 'आई, भिऊ नकोस', 'पांढरे झेंडे', (कादंबऱ्या); 'इच्छा', 'खझारुला', (कथा) आणि इतर.

ऋणानुबंध

पहाट झाली. तांबडं फुटलं. गुदुली आजोबांना जाग आली ती कोंबड्याच्या आरवण्यानं. तो रोज इमानेइतबारे त्यांना उठवायचा. तशी त्यांची मित्रमंडळी बरीच. हा कोंबडा, ती गाय, कुत्रा आणि इतरही बरेच. सर्वांचा समाचार घेऊन आजोबा स्वयंपाकघरात गेले. चुलीवर पडलेला सगळा कचरा बाजूला करून लाकडाचे तुकडे सारले व तिथंच बसून विस्तव जागा करू लागले. धारेची तयारी करायला हवी होती. आधण तयार होताच सदऱ्याच्या बाह्या वर सारून ते गोठ्याच्या दिशेनं गेले. दावणीला बांधलेली गाय आजोबांना पाहताच लाडात येऊन मोठ्यानं हंबरली.

"आलो. आलो. कशी आहेस लाडे?" आजोबांनी सवयीनं तिच्या पाठीवरून हात फिरवला. ती रवंथ करायची थांबली. आळस झटकून उभी राहिली. त्यांनी एक छोटंसं स्टूल ओढून घेतलं. त्यावर बसून धार काढू लागले. हंड्यामध्ये अगदी बारीक धार पडू लागली. दूध फार कमी निघाले.

"आळसावलीस बरं का, लाडे. हे काही ठीक नाही."

"काय करू आजोबा? वय झालं माझं. पहिल्यासारखं दूध कसं देऊ?" लाडीच्या भाबड्या नजरेनं जणू त्यांना उत्तर दिलं.

फाटक उघडून त्यांनी तिला मोकळ्या कुरणात चरायला सोडून दिलं.

ते जिन्याच्या पायरीवर येऊन बसले. हातात दुधाचा पेला घेऊन विचारांच्या तंद्रीत वेळ कसा गेला ते समजलंही नाही. कोवळी उन्हं दारात येऊन पोचली. आता उठायला हवं. एवढ्यात कुणाची हाक ऐकू आली.

"नमस्ते, गुदुली"- आजोबांची नजर इकडे-तिकडे फिरू लागली.

"कुऽऽऽक्कू, गुदुली." पुन्हा त्यांची तंद्री चाळवली. समोरच्या झाडामागून कोणाचा मिश्किल चेहरा डोकावत होता. तो शेजारचा मुलगा उचा. वय वर्षे सहा. आजोबांचा परममित्र.

"नमस्ते, नमस्ते गुदुली."

"कोण मला नावानं हाक मारतंय रे? जरा इकडे ये पाहू?"

"मी."

"तुला किती वेळा सांगितलं, नावानं अशी हाक मारू नये, म्हणून?"

"नमस्ते, आजोबा."

'हूं."

"आईनं सांगितलंय, मला थोडा मुरंबा द्या म्हणून." आजोबांच्या लक्षात आलं. "तिनं दूध द्यायला सांगितलं असेल."

"नाही. फक्त मुरंबा."

"ठीक आहे, देतो. पण आधी दूध प्यायला हवं."

"पण आई तर म्हणते, आजोबांच्या घरचं निरसं दूध प्यालास, तर पटकीच्या तडाख्यानं मरशील...म्हणून म्हणतो...."

"तुझ्या आईला अक्कल जरा जास्तच दिली आहे देवानं. पी तू. माझी हयात गेली. अजून कुठला तडाखा माझ्या वाटेला नाही गेला. समजलास?"

"बरं. तुम्ही म्हणाल तसं."

आजोबांनी दिलेलं दूध त्यानं गटागट पिऊन टाकलं.

"उचा, आज शाळेला दांडी का रे?"

"रविवारी शाळेला जातं का कुणी?" त्यानं सुटकेचा आनंद व्यक्त केला.

"पण आज तर शनिवार आहे."

"उंहू" उचानं मान हलवली.

"आजोबा, पण तुम्हाला काय करायचंय वाराशी? तुम्ही तर शाळेत जात नाही आणि कामावरही. रोजच सुट्टी. किती मज्जा आहे तुमची" – उचानं तुलनेचं गणित मांडलं.

"जरा थांब. तारीख कोणती म्हणालास आजची?"

"तारीख - अठ्ठावीस, दिवस – रविवार, महिना – नोव्हेंबर. वर्ष – एकोणीसशे....." उचानं पूर्ण माहिती पुरवली.

आजोबा उठून घरात गेले. भिंतीवरचं कॅलेंडर काढून बाहेर घेऊन आले. खिशातून चष्मा काढला आणि एकेक अक्षर लावीत वाचू लागले. उचानंही जवळच बैठक मारली. आज आजोबांचा वाढदिवस. शंभरावा.

२८ नोव्हेंबर...रविवार. सूर्योदय ८-०६, सूर्यास्त ५-३२, दिवस - मध्यम, चंद्रोदय - १०.५५, चंद्रास्त - २०.३१.

त्यानंतर मागील पानावर काय लिहिलं होतं, त्याचीही त्यांनी दखल घेतली.

हे तुम्हाला माहीत आहे का?

एक माणूस एका दिवसात वीस हजार पावलं चालतो. एका वर्षात सात अब्ज, तर सत्तर वर्षांत जवळजवळ पाचशे अब्ज पावलं - म्हणजे जवळजवळ पृथ्वीपासून चंद्रापर्यंतचं अंतर कापून जातो... सत्तर वर्षांत माणूस एकूण नऊ वेळेस पृथ्वीप्रदक्षिणा घालू शकतो.

त्यांचं डोकं गरगरू लागलं.

सत्तर वर्षांत नऊ, तर शंभर वर्षांत किती पृथ्वीप्रदक्षिणा होऊ शकतील? दहा?

अकरा? बारा?

त्यांची नजर आपल्या थकलेल्या सुरकुतलेल्या गुडघ्यांकडं गेली. एकाएकी कोण कृतज्ञता दाटून आली. आजवर किती भार वाहिला होता त्यांनी! ते पायांवरून हात फिरवू लागले.

"नसेल घडली पृथ्वीप्रदक्षिणा आपल्या हातून. पण तुम्ही तर सतत उभे. किती हिंडवलंत मला! आणि कुठून कुठं! त्या मैलांची गणती कोण करील? किती थकला असाल तुम्ही!"

आजोबा अंगणात उतरून बागेत आले. झाडांना पाणी घालू लागले. उचाही बरोबरीनं चालत होता.

"आजोबा, या झाडांना कधी वाईट वाटत असेल का? कुठं कधी दुखत नसेल का?"

"झाली याच्या प्रश्नांची सरबत्ती सुरू." आजोबा स्वत:शीच म्हणाले. पण उत्तर मात्र नेहमीच द्यायचे. कधी टाळाटाळ नाही.

"वाटतं तर! वाईट वाटतं, दुखतंही, पण सांगणार कुणाला?"

"पण मग ते आपल्याला समजत का नाही?"

"बाळा, ते जर माणसाला समजलं असतं, तर तो पापं करायला धजावला असता का? या झाडांवर कुणी कुऱ्हाडी चालवल्या असत्या का? निष्पाप कळ्या कुणी तुडवल्या असत्या का?"

त्यांना वाटलं, आता आणखी एखादा प्रश्न येईल धावत तीरासारखा. पण उचा गप्प राहिला.

आजोबांनी त्याला हाताला धरून खाली बसवलं आणि म्हणाले,

"बस उचा. तुला सांगू? आज तुझे हे आजोबा शंभर वर्षांचे झाले." उचानं काहीशा अविश्वासाने आजोबांकडं पाहिलं आणि खो-खो हसू लागला.

"का रे गुलामा? त्यात एवढं हसायला काय झालं?"

"आजोबा, पण मागच्या आणि त्याच्या मागच्या वर्षीही तुम्ही शंभर वर्षांचे होतात की!"

"काहीतरी बडबडतोस, कुणी सांगितलं?"

"मग किती?"

"मागच्या वर्षी ९९, त्या अगोदर ९८ आणि आज १००!"

"छट्, तुम्ही तर नेहमीच असे असता. शंभर वर्षांचे."

"लबाड आहेस झालं, नेहमी कुणी शंभर वर्षांचं कसं राहू शकतं?"

"शकतं ना! आई म्हणते या म्हाताऱ्यानं जणू काळाला मुठीत धरून ठेवलंय. नेहमी आहे तसाच. ना कमी ना जास्त."

“आणखी ती काय म्हणते, सांगू?”

“हूं.”

“म्हणते, हे म्हातारं खोड चांगलंच चिवट आहे.”

आजोबांनी उचाच्या खट्याळ, लकाकत्या डोळ्यांकडं पाहिलं. त्यात त्यांना आपलं बालपण दिसू लागलं. दूर, दूर कुठं भुर्रकन् उडून गेलेलं. आणि चुकूनही परत न आलेलं.

“असं म्हणते होय? आणखी असं नाही का म्हणत. की हा जख्ख म्हातारा एकदाचा खपत का नाही?”

“म्हणते ना. रोजच. पण तुम्हाला रडू येईल ना, म्हणून मी सांगितलं नाही.”

“म्हणजे थोडक्यात असं की, मी काळ रोखून धरलाय. असंच ना?”

“हो, असंच.”

“मित्रा, ते कोणाच्याच हातात नाही. अगदी रेड्यांच्या शंभर जोड्याही त्याला रोखून धरू शकत नाहीत.”

आजोबा अंगणातच खाटेवर पहुडले. उचानंही दोन हलक्या ढुशा देऊन त्यांना थोडं पलीकडं सरकवून आपल्याला झोपण्यासाठी जागा करून घेतली.

“मग? कोण रोखू शकतं काळाला?”

“कोणीच नाही. पण कुणी सांगावं, एक दिवस असाही येईल की, काळ आपणहून जागीच थांबेल. पण आत्ता तुला कशाला हा विचार हवा?” असं म्हणून त्यांनी उचाला फार प्रेमानं छातीशी कवटाळलं. त्याला अजूनही बरंच काही विचारायचं होतं. पण आजोबांनी आपला हात त्याच्या तोंडावर धरून ठेवला.

“अंहं, आता पुरे. एक जरी प्रश्न विचारलास तर खबरदार. सरळ गळाच दाबीन.. आधी तुझा आणि मग स्वत:चा.”

पण उचा अगदी अलगद त्यांच्या पकडीतून निसटला. जरा दूर उभं राहून पुन्हा त्यानं नेटानं विनंती केली,

“एकच. फक्त एक. अगदी शेवटचा प्रश्न.”

“तूही बरा चिवट भेटलास, विचार एकदाचा.”

“सकाळी आई म्हणत होती की, माझे वडील xxx आणि xxx आहेत. आमच्या लेखी ते मेल्यातच जमा आहेत. हे खरं?”

आजोबांच्या घशाला कोरड पडली.

“खरं आहे, अगदी खरं आहे, मुला”– असं ते बोलून गेले. अन् लगेच म्हणाले, “पण तू हे शब्द पुन्हा उच्चारता कामा नयेस. काही झालं तरी ते तुझे जन्मदाते वडील आहेत.”

“मग आई बोलली ते खरं का मानायचं?”

"कारण असं, की जो माणूस इतक्या गोड छोकऱ्याला सोडून जाऊ शकतो, ज्याला तो कधी भेटायलाही येत नाही, तो माणूस कसा बरं चांगला असू शकतो? म्हणून तुझी आई तशी बोलली असेल."

उचा खट्टू झाला आणि जायला निघाला.

आजोबांना वाटलं, उगीच आपण खरं बोललो. या पोराच्या लेखी वडील म्हणजे दैवत आहे. त्याला कशाला माहीत व्हायला हवं बापाचं खरं रूप?

"उचा, मागं फिर बाळा. ये इथं बैस माझ्याजवळ." एवढं ते बोलले, आणि त्यांच्या पाठीपासून पायांपर्यंत एक जीवघेणी कळ उतरत गेली. त्यांना वाटलं, ही 'त्या' शेवटाची सुरुवात तर नसेल? त्या कल्पनेनंच त्यांना अस्वस्थ वाटू लागलं. देवा, असा अचानक खेळ संपवू नकोस. थोडा अवधी दे मला. अगदी थोडा. पण आज देवाला ऐकायचं नव्हतं. कळ कमी न होता वाढतच गेली. आणि आजोबा खाली बसून हमसून हमसून रडू लागले.

"उचा, बाळा जरा हात दे मला." उचानं त्यांना हाताला धरून उठवलं.

असाच एक तास गेला. ते भानावर आले.

"जा बाळा, आता घरी जा."

"मी आईला बोलावतो."

"नको, तू घरी जा."

"मी तिला सांगतो तरी."

"नको म्हटलं ना?"

पण उचाला आजोबांना एकट्याला टाकून जाववेना. त्यानं छोट्या हातांचा विळखा त्यांच्या मानेभोवती घातला.

"आजोबा, तुम्ही का रडत होता?"

"असंच, थोडी गंमत केली."

"पण तुम्ही का रडत होता?"

"नाही रे. मी परीक्षा पाहिली तुझी. म्हटलं पाहावं...आपल्यावर उचाचं खरं प्रेम आहे की नाही!"

"मग ते माहीत व्हायला असं रडावं कशाला? माझ्यासारखं?"

"आता पुन्हा नाही रडणार. तू घरी जा. आई वाट पाहात असेल."

तो गेल्यावर आजोबांना प्रसंगाचं गांभीर्य जाणवू लागलं. त्यांनी स्वत:ला बजावलं, 'तयार हो, गुदुली. जायची वेळ झाली. निरोप घे सगळ्यांचा. त्यांनी उभं राहायचा प्रयत्न केला, पण आज सारं मनाविरुद्धच घडायचं होतं. पुन्हा त्यांनी पायऱ्यांवर बसकण मारली. बागेवरून त्यांची नजर फिरू लागली. पिकून पिवळी झालेली फळं झाडाखाली पडून राहिली होती. जुनी, गळून गेलेली पानंही इतस्तत:

विखुरली होती. कुठं वापरून जुन्या झालेल्या कपड्यांच्या चिंध्या वाऱ्याबरोबर उडत होत्या. त्यांना वाटलं, आपणही यापेक्षा वेगळे नाही. जुने झालो.

"आजोबा, तुमची प्रकृती कशी आहे?" उचाची आई आली.

"काही नाही झालं मला."

"उचा तर म्हणाला की..."

"नाही नाही. लहान आहे तो. त्याला वाटलं असेल."

"काही औषध हवं का?"

"नको. नको."

"मग? डॉक्टरला बोलावू का?"

"अजिबात गरज नाही. मी अगदी ठणठणीत आहे."

त्यांना वाटलं, हीही सुरुवातच. आधी औषध, मग डॉक्टर, मग शेजारी, नंतर नातेवाईक आणि मग...?

"उचा काही वेडंवाकडं बोलला का? मी तुमच्या मरणाची वाट पाहात आहे, असं काहीसं...? थोबाडीतच देते त्याच्या."

"तेवढं मात्र करू नकोस. अजाण पोर आहे. शिवाय.... तो तसं काही बोललाही नाही."

"दुसरं कोणी बोललं का? जीभच उपटून हातात देईन त्याची."

"नाही पोरी, माझ्याशी कोण कशाला वैर धरील? शिवाय पिकल्या पानाला झोडपावं नाही लागत. ते असंच पडून जातं."

"आजोबा, आज तुमचा वाढदिवस ना? शंभरावा? तुम्हाला आणखी शंभर वर्षं आयुष्य लाभो आणि आम्हांला तुमचा प्रिय सहवासही."

"आभारी आहे मी तुझा."

"का हो? आज तुमची मुलं कशी नाही आली कोणी?"

"येतील, लवकरच येतील. येणं भाग पडेल त्यांना."

"काही म्हणा, आजोबा, तुम्ही मोठे भाग्यवंत. सोन्यासारखे चार मुलगे. चौघंही मोठमोठ्या पदांवर. नातवंडं किती?"

"सगळी मिळून तेवीस जणांची फौज आहे, पण उपयोग काय? बरं. आता मी पडतो....फार थकवा आलाय."

"उचाला पाठवू का सोबतीला?"

ते मानेनंच 'नाही' म्हणाले.

पडल्या पडल्या त्यांनी विचार केला, माणसं एवढ्या हौसेनं दुसऱ्याचं सांत्वन का करीत असावीत? कदाचित, अशा विचारानं की आता पाळी दुसऱ्याच कुणावर आली आहे. आपली वेळ अजून नाही आली. काहीही असलं, तरी आज ईश्वरेच्छा

प्रमाण मानायलाच हवी होती.

सूर्य अस्ताला जाऊ पाहात होता. त्यांना वाटलं, हा मुहूर्त साधायलाच हवा. न जाणो उद्याची सकाळ....? आजोबा हात जोडून उठून उभे राहिले आणि सूर्याकडं पाहून म्हणाले,

"मी ऋणी आहे, सूर्यदेवा."

"कशासाठी, माणसा?" सूर्यदेवानं जणू विचारलं.

"आजवर दयाळूपणानं प्रकाशानं न्हाऊ घातलंस, प्रत्येक काळ्या रात्रीनंतर सोन्याची सकाळ दिलीस, म्हणून."

"आयुष्यमान् भव!"

"माझ्या उचावरही अशीच कृपा राहू दे तुझी."

नंतर गोठ्यात जाऊन आजोबा गाईच्या पाठीवरून हात फिरवू लागले. तिला आजची माया काही वेगळीच भासली. कारण त्यांचा हात थरथरत होता.

"माऊली, तुझ्या दुधावर जगलो, वाढलो. कसे उपकार मानू तुझे?" आजोबांनी नजरेनं कृतज्ञता व्यक्त केली.

"वेड्या, अरे आईचे कसले उपकार? जोवर मी उभी आहे, तुझीच आहे." जणू 'लाडी' गाईनं नजरेनंच त्यांना समजावलं.

"माझ्या उचाला मात्र पोटभर दूध घालत जा."

बागेत आले, लाडका कोंबडा उचलून घेतला. त्याचा तुरा कुरवाळू लागले.

"गड्या, माझा एकच जन्म, पण तुझ्या कैक पिढ्यांनी आजवर मला दररोज बांग देऊन उठवलं. सर्वांना माझे आभार पोचते कर."

"त्या सेवेसाठी तर आमचा जन्म आहे. पण आमची आठवण कोण ठेवतो?" कोंबड्यानं जणू मान उंचावून आपलं म्हणणं मांडलं.

"माझ्यानंतर माझ्या उचाला जागता ठेवा. काळजी घ्या त्याची." वयोवृद्ध वृक्षांच्या छायेत मात्र आजोबा बराच वेळ रेंगाळत राहिले.

"माझ्या कैक पिढ्यांना तुम्ही जपलं, आता इथून पुढची - उचाची पिढीही सांभाळा. त्याला सावली द्या. मोठा करा. येतो मी."

आता थकलेलं शरीर रजा मागू लागलं. हृदयाची धडधड मंदावू लागली. त्यानं म्हटलं, "आजोबा, आता मलाही विश्रांती हवी. फार फार थकलो मी."

"थोडं थांब. अगदी लवकरच मी तुला मुक्त करतो. पण मला शब्द दे. माझ्या उचाला निरोगी, दीर्घायुषी करशील."

"तथास्तु." उत्तर मिळालं.

राहता राहिले उचा आणि त्याची आई. तिला हाक मारली. "उचा झोपला का ग?".

"हो. कधीच."

"उद्या सकाळी रोजच्यासारखा लवकर पाठवू नको उचाला."

"असं का म्हणता, आजोबा?"

"काही नाही. मी हाक मारेपर्यंत पाठवू नको त्याला. एवढंच म्हटलं."

"ठीक. ठीक."

आजोबा एवढं बोलून घरात गेले आणि दार लावून घेतलं. काही क्षणांतच बंदुकीचा बार उडाला. घराघरातून माणसं बाहेर धावत आली. मोठा कोलाहल सुरू झाला.

फक्त आजोबांच्याच घरात आज दिवा नव्हता लागला.

अंत्यविधीसाठी माणसांचा महापूर लोटला. पण विशेष शोक कुणाला नव्हता झाला. इतकंच नाही, तर आजोबांचा मोठा मुलगा मृतदेहापाशी न थांबता चक्क बागेत बसून सांत्वनाचा स्वीकार करीत होता. मी जवळ जाऊन म्हटलं :

"मी मनापासून तुमच्या दुःखात सहभागी आहे."

"अहो, सांत्वना कसली देता? याला काय बाप म्हणावं? उलट्या काळजाचा. आम्हांला कुठं तोंड दाखवायला जागा नाही ठेवली."

"खरंच, झालं ते फार वाईट झालं."

"नुसतं वाईट म्हणता? लाजिरवाणं कृत्य केलं आमच्या बापानं. जणू आम्ही त्यांना टाकून दिलं होतं. किती वेळा सांगितलं, आमच्याकडं येऊन राहा म्हणून. पण नाही. इथं आमच्या मातोश्रींची समाधी आहे ना. तिथं जीव गुंतला होता म्हणे. आणखी काय, तर माझी गाय, माझा कोंबडा आणि असंच काहीबाही, घरही त्या कुण्या दिवट्या पोराचं धन केलं...उचा का कोण तो!"

"हा उचा कोण?"

"मला तरी कुठं माहीत आहे? कुठला तरी कोणी शेजारचा पोरटा. त्यातून बेवारशी. बापानं त्याला टाकलं म्हणून आमच्या पिताजींना येऊन चिकटला. ते तर काय? दयाळू जगन्मित्र. झाले की त्याचे पालक."

"अवघड परिस्थिती आहे सगळी," असं म्हणून मी जायला निघालो. पण त्याला अजून बरंच काही सांगायचं होतं.

"आता तुम्हीच सांगा, आम्ही चौघंही तालेवार माणसं. त्यांना काही कमी पडू दिलं असतं का? परदेशातूनसुद्धा त्यांच्यावर वस्तूंची खैरात करायचो....आणि त्यांना हे असे भिकेचे डोहाळे लागलेले."

"बरोबर आहे तुमचं. बरं, मी आता निघू?"

"छे. छे! काहीच न घेता? सारी तयारी जय्यत आहे. इकडे जगातील उत्तमोत्तम पेयांचे निवडक प्रकार आणि त्या बाजूला दुर्मिळ खाद्यपदार्थांची रेलचेल. तुम्ही

टेबलापाशी बसा. मी तुमच्याकडे लक्ष द्यायला सांगतो. हे आजचे विधी, हा समारंभ, तुम्ही सारं पाहताच आहात. तुम्हीच सांगा आता, आम्ही त्यांना काही कमी पडू दिलं असतं का?''

आजोबांचा मुलगा आपलं बोलणं सर्वांच्या कानांवर जाऊन आदळेल, याची खबरदारी घेत होता.

मी जायला निघालो. मला त्या मदिरागारात रमायचं नव्हतं. एवढ्यात कुण्या लहान मुलाच्या रडण्याचा आवाज आला. सहज कुतूहलानं मी त्या दिशेला गेलो. फाटकाबाहेर जमिनीवरच गुडघ्यांत मान घालून एक ६-७ वर्षांचा मुलगा अगदी कळवळून रडत होता. त्याची समजूत घालायला कुणी पुढं येत नव्हतं.

मी जवळ जाऊन त्याच्या पाठीवरून हात फिरवला.

''तू कोण बाळ? नाव काय तुझं?''

''मी? मी उचा. आजोबांचा उचा.''

एवढं बोलून तो पुन्हा धाय मोकलून रडू लागला.

''रडू नकोस पोरा. शांत हो. आजोबांना विसरू नको. मोठा हो. त्यांच्यासारखाच. श्रीमंत हो मनानं, दी...र्घा...युषी......हो.''

असं म्हणून घशात अडकलेले हुंदके मोठ्या कष्टाने गिळून टाकत मी निघालो. मोठ्या समारंभानं त्या पुण्यात्म्याचं क्रियाकर्म उरकलं जात होतं. ताशे-वाजंत्र्यांच्या गजरात मदिरेचा महासागर नुसता ओसंडून वाहात होता. ढेकरावर ढेकरा उठत होत्या. सांत्वनाचे ते छापील शब्द सजावटीत भर घालत होते. पण हे सारं घडत होतं, फाटकाच्या आत...

आणि बाहेर?

– तिथं ही कोवळी पालवी एकटी शोक करत होती

गळून गेलेल्या त्या पिकल्या पानासाठी.

***

हे जीवन कसले...?

अलेक्सांद्र सोल्झेत्सिन

मूळ कथालेखक– अलेक्सांद्र सोल्झेत्सिन (Soltzenitsin)

साहित्याचे नोबेल पारितोषक विजेते, बंडखोर रशियन लेखक. 'आमचं जितं-जागतं अक्षर वाङ्मय' असा, नव्या पिढीचे समर्थ रशियन लेखक-कवी येवगेनी येवतुशेन्को यांच्याकडून सोल्त्झेनित्सिन यांचा सार्थ गौरव.

सोल्त्झेनित्सिन यांनी प्रथमतः जुलुमी स्तालिनवादाविरुद्ध आवाज उठवला. त्यांच्या मते रशिया हा फार संपन्न, समृद्ध आणि सुसंस्कृत देश आहे. तो कसा असावा, आणि कसा नसावा, याविषयी त्यांचे वैयक्तिक, परखड विचार होते. बंडखोर लेखक म्हणून सातत्यानं लेखन-स्वातंत्र्याचा पुरस्कार केला. सत्याचा मार्ग कोणीही रोखून धरू शकत नाही, प्राण गेले तरी बेहेत्तर, पण मी नेहमी सत्याचाच पाईक होऊन राहीन, हे त्यांचे ब्रीद होते. पण तत्कालीन राजकीय संकेतांनुसार हा गुन्हा ठरला. स्तालिन राजवटीने त्यांचे सोविएत नागरिकत्व रद्द ठरवून त्यांना राजकीय बंदीवासाची शिक्षा दिली. लेखकाची रवानगी श्रमछावणीत करण्यात आली. दीर्घकाळ त्यांनी अमेरिकेत राजाश्रय घेऊन वास्तव्य केले.

श्रमछावणीत जवळ-जवळ अकरा वर्षे सोल्त्झेनित्सिन यांनी कष्टाने काढली. या अनुभवातून 'इवान दिनिसोविच यांच्या आयुष्यातील एक दिवस' ही साहित्यकृती

जन्माला आली. त्यासाठी त्यांना १९७०मध्ये साहित्याचा नोबेल पुरस्कार प्राप्त झाला.

१९५०-५५च्या सुमारास ते कर्करोगानं आजारी पडले. इस्पितळात आलेल्या अनुभवांतून 'कर्करोग्यांचा वॉर्ड' ही रचना आकारास आली.

सोल्त्झेनित्सिन यांच्या लिखाणावरून प्योदोर दस्तयेवस्की यांच्या रोजनिशीची प्रकर्षानं आठवण होते. त्यांच्या कथांतील व्यक्तिरेखा या कठोर वास्तवाशी नातं सांगणाऱ्या आहेत. ही सारी जिवंत, हाडामासांची माणसं आहेत. त्यांचं प्रेम, तिरस्कार, सुख-दु:ख, स्वप्नरंजन, भ्रमनिरास, सारं काही नैसर्गिक वाटतं. वाचताना असं वाटतं, कदाचित् हे भय, लाचलुचपत, दडपशाही आणि दारुण सत्य यांमुळे तर माणसाच्या मनातील कोंडून राहिलेल्या सुप्त विचारांना अशी निर्बंध वाट खुली होत नसेल?

१९८५मध्ये सोविएत देशात 'पेरेस्त्रोइका' (पुनर्रचना) आणि 'मुक्त मन' (ग्लासनस्त) यांचे वारे वाहू लागताच सोल्त्झेनित्सिन यांचं आजवरचं सारं बंदिस्त साहित्य जगापुढं खुलं झालं. तत्कालीन सोविएत राष्ट्राध्यक्ष मिखाइल गर्बाचोव्ह यांनी सोल्त्झेनित्सिन यांचं सोविएत नागरिकत्व सन्मानानं परत करून त्यांना मायभूमीस परत येण्याचं निमंत्रण दिलं.

आज लेखक आपल्या कुटुंबीयांसमवेत रशियन मायभूमीत वास्तव्य करीत असून त्यांच्या तेज:पुंज साहित्याचा आनंद रशियन वाचक घेत आहेत.

सोल्त्झेनित्सिन यांची भाषा जिवंत आणि धगधगत्या सत्याला सामोरी जाणारी आहे. त्यांची प्रतिक्रिया कधी शांत, तर कधी असहाय – पण कोणत्याही प्रसंगी संताप मोकळेपणानं व्यक्त करणारी आहे. शैली खूपशी वृत्तपत्रकाराची आहे – सभोवताल निरखून पाहणारी, कान देऊन ऐकणारी आणि मोजक्याच शब्दांत बरंच काही सांगून जाणारी.

इतर प्रसिद्ध साहित्य

'पहिलं वर्तुळ', 'अर्खिपेलाग गुलाग्' ('गुलाग्'मधील तो उत्तुंग एकांत– गुलाग् हे तीन रशियन शब्दांच्या आद्याक्षरांनी बनलेले लघुरूप – केंद्रीय (श्रमछावणी प्रशासन) कथा, दीर्घकथा आणि इतर.

हे जीवन कसले...?

त्या वर्षी मी ताश्केंतला आलो, नव्हे 'पाठवला गेलो' होतो, तोच मुळी अर्धमेला होऊन. डॉक्टरांनी माझी आशा सोडलीच होती, म्हणानात!

ताश्केंतमध्ये उपचारांसाठी मला राहायचं होतं, एक महिना. आणि नंतर जरूर पडलीच तर आणखी एखादा महिना.

या नव्या परिसरातील ऋतुमान माझ्या परिचयाचं नव्हतं. क्षणात रुसू, तर क्षणात हसू. फार लहरी निसर्ग. मोठी गंमत वाटायची.

बोचरा गारवा बघताबघता नाहीसा होऊन हळूच ग्रीष्माच्या ऊबदार बुरख्यात जाऊन दडला. काही दिवसांतच हिरवं रान खुललं. उंच, डौलदार हिरवेगार मळेही डोलू लागले. पण आकाशातील त्या शांत, लोभस निळाईनं उग्र, रागीट रूप धारण केलं, तेव्हा मात्र खोलीत बसवेना. आधीच मनात विचारांचं कोण थैमान चालायचं, त्यातून ही काहिली! छे:! यातून बाहेर पडायला हवंच होतं. आजारातून सावरू लागला होतोच. दुपारी पाय मोकळे करण्याच्या निमित्तानं मी इस्पितळाबाहेर येऊन चालण्याची केविलवाणी धडपड करू लागलो...

इस्पितळात खूप आजारी माणसं दाखल झाली होती. मी बराचसा त्यांच्यापैकीच एक होतो, पण खूपशा बाबतीत त्यांच्यापेक्षा वेगळाही! एक तर मला त्यांच्याइतकं स्वातंत्र्य, सवलती नसायच्या आणि दुसरं म्हणजे बऱ्याच वेळा जाणूनबुजून मला घुम्याचं सोंग घ्यावं लागायचं. प्रत्येकाचा गोतावळा भेटायला यायचा, पारंपरिक पद्धतीनं रडून-भेकून सहानुभूती व्यक्त करायचा. त्यांच्या जिवाला एकच घोर; एकदाचं बरं व्हायचं. ध्येयही एकच – लवकरात लवकर बाहेर पडायचं. माझ्या बाबतीत म्हणाल तर मला कसलंच सोयर-सुतक नव्हतं. अन् आगीतून फुफाट्यात पडायची इच्छा तर अजिबात नव्हती. वयाच्या पस्तिसाव्या वर्षी माझ्यामागं शोक करणारंही कुणी नव्हतं. माझा पासपोर्ट काढून घेतला होता आणि जर यदाकदाचित दुर्दैवानं मी बरा झालोही असतो, तर मला ही रेशमी हिरवळ सोडून जावं लागलं असतं. नशिबी आलं असतं, पुन्हा ते वैराण, धगधगीत वाळवंट, जिथं माझी तहहयात रवानगी झालेली होती. पुन्हा त्या करड्या नजरकैदेचा गुलाम व्हावं लागलं असतं – दर दोन आठवड्यांनी 'तिथे' हजेरी लावायला. 'तिथली' माणसं तरी एवढी निर्दय आणि आडमुठी की, उपचारांचं सबळ कारण असूनही मला सहजा-सहजी बाहेर पाठवायला तयार नव्हती.

मी हे सारं अवतीभोवती आजारी लोकांना सांगू शकलो असतो. कमीत कमी ते माझ्यासारखे पाळतीखाली तरी नव्हते.

काही म्हणा, पण दहा वर्षांतील त्या एकांतवासाने मला बरंच काही शिकवलं होतं. आयुष्याचं मोल कळायला एखादा क्षणही पुरेसा ठरतो. त्यासाठी युगं नाही लोटावी लागत. दुखऱ्या पायांनी टाकलेलं एकादं पाऊल, छातीतील कळ बाहेर येऊ नये म्हणून घेतलेला हलकासा श्वास किंवा थंडीच्या राक्षसी तडाख्यातून वाचलेल्या स्वादिष्ट बटाट्याचा, डिशमधून अलगद उचलून तोंडात टाकलेला

तुकडा – या आणि अशा अनेक लहानसहान क्षणांमध्ये हे मोल आपली किंमत पटवून जातं...

या वास्तव्यात मी खूप काही नवीन पाहिलं. कधी पूर्वी पाहिलेलं, पण आता विसरून गेलेलं ते सभोवतालचं जग पुन्हा नवं होऊन समोर यायचं. आईस्क्रीमची ती हातगाडी, भराभर कचरा गोळा करत जाणारा तो झाडूवाला, मुळा-कोथिंबीरच्या जुड्या विकायला बसलेल्या त्या कारभारणी – इतकंच नव्हे, तर बंद भिंतीच्या तटातून दिसणारं, पलीकडच्या कुरणात चरणारं ते घोड्याचं पिल्लू – सारं सारं काही हवंहवंसं वाटायचं.

रोजच्या रोज नव्या धिटाईनं मी माझ्या वॉर्डापासून आधी थोडं आणि मग अधिकाधिक दूर जाऊन उघड्या डोळ्यांनी सभोवतालचं खुलं जग पाहायचं धाडस करू लागलो. काही अंतरावरच बगीचा. कदाचित मागील शतकाच्या अखेर तयार केलेला. भोवती सिमेंटचे कम्पाऊंड. त्या वेळच्या बांधकामातील दोन्ही विटांमधील सिमेंटचा सांधा शिवून बंद केलेल्या वेड्यावाकड्या जखमांच्या व्रणांप्रमाणं भासायचा. तिथं सतत वर्दळ. धडधाकट माणसं भराभर पावलं टाकीत राहायची, तर आजारानं टेकीला आलेले कमनशिबी जीव पाय ओढतओढत पुढं सरकत राहायचे.

ज्या ठिकाणी खूप लहानसहान रस्ते संपत येऊन एक मोठा रस्ता तयार होत होता, तिथे पांढऱ्या शुभ्र दगडात घडवलेला स्तालिन उभा होता. पांढऱ्या शुभ्र मिशांतून हसत राहणारा. त्यानंतर पुढच्या बाजूला फाटकाच्या दिशेला ठराविक अंतर राखून इतर दिवंगत नेते हजेरी लावून उभे होते. त्यांच्या पात्रतेनुसार लहान-मोठ्या आकाराचे. तसाच पुढं चालत राहिलो. एक छोटं दुकान दिसलं. तिथे वह्या दिसताच मी कष्टानं मान फिरवली. आजवरच्या 'दैनंदिनी'ची काय गत झाली होती आणि त्या कुठल्या कुठं जाऊन पोहचल्या होत्या... जाऊ दे. मला ती घ्यायचीच नव्हती.

पुढच्याच पावलाला एक फळांचं दुकान आणि 'चायखाना' दिसला. आम्हां आजारी मंडळींना अंगावरच्या पट्ट्यापट्ट्याच्या पायजम्यांमुळं तिथं जायला मज्जाव होता. पण मधला दरवाजा काहीसा उघडा असल्यामुळं पलीकडचं सारं दिसायचं. फळांची विक्री सर्वांना खुली होती, पण हद्दपार केलेल्या एका कैद्याला मिळणार ते काही केविलवाणे कोपेक्स! त्यांची आणि किंमतीची सांगड कधी बसायचीच नाही. मग मी आशाळभुतासारखा फळांचे डोंगर आणि सुक्या मेव्याचे ढीग पाहात खिन्न मनानं चालत राहायचो. मग मान फिरवून दिशा बदलायचो.

समोर होती एक अजस्त्र दगडी भिंत. उंचच्या उंच आणि भरभक्कम. आम्हां मंडळींची 'धाव' इथपर्यन्तच. तिथून पुढचं जग इस्पितळातील मंडळींसाठी नव्हतं. दिवसातून कमीत कमी दोन-तीन वेळा ही भिंत ओलांडून बाहेरचा मर्तिकाचा वाद्यवृंद

जमायचा (कारण दफनभूमीही जवळच होती.) काही काळ 'पुढील कार्यक्रमाची' रंगीततालीम करायचे, अन् मग निघून जायचे. चांगली धडधाकट माणसं हे वाद्यांचं करुण रुदन सहन न होऊन. 'काय कटकट आहे!' असा भाव चेहऱ्यावर आणून नंतर तशीच आपल्या दिशेनं पुढं चालू लागायची. (प्रत्येकाला कुठं जायचं, ते पक्कं ठाऊक असायचं!) पण आजारी माणसं मात्र खूप वेळ कान देऊन हे सूर ऐकत राहायची. इतकंच नाही, तर आपल्या खोल्यांतून डोकी बाहेर काढून कानोसा घेत राहायची.

प्रकृती सुधारू लागली तसातसा मी निराशेच्या डोहात खोल खोल बुडत रुतून जाऊ लागलो. कारण बरं होऊन पुन्हा 'तिथं' जावं लागणार होतं. कावराबावरा होऊन डोळ्यांनी, कानांनी 'हा मोकळेपणा' मी 'पीत' राहायचो. मोठे अपूर्वाईचे दिवस होते ते! अवतीभवतीची हवासुद्धा मोकळी वाटायची.

समोर पटांगणात बसल्या बसल्या मी दृष्टिसुख मात्र पुरेपूर अनुभवायचो. इस्पितळाच्या आवारात इकडून तिकडं गिरक्या घेणारी ती 'स्वछंद फुलापाखरं!'... मला वाटायचं, इतक्या उत्तमोत्तम पऱ्या, पण त्या आपल्या नशिबात नसाव्यात ना? आणि आपल्यासारखंच कैदेतील जिणं सहन करीत असलेल्या 'त्या इतरांच्याही'? दुसऱ्याच क्षणी वाटायचं, या बिचाऱ्या भोळ्या जिवांची तर आपण केवळ कीव करायला हवी. जे काही माहीत असायला हवं होतं, जे काही मी त्यांना सांगू शकलो असतो, त्याचा तर त्यांना गंधही नव्हता.

खरं तर या मुलांपैकी अगदी सामान्यांतील सामान्य मुलीनं भीक घालावी, एवढंही माझं बाह्यदर्शन सुखावह नव्हतं. आजवरच्या 'कॅम्प'मधील जीवनाची कटुता सहस्र सुरकुत्यांच्या रूपात चेहऱ्यावर उमटली होती. कातडीवर राखेचा रापलेला, मरगळलेला रंग चढला होता. पोटात ढकलल्या गेलेल्या अगणित, बेहिशेबी औषधांमुळे गालावरच्या मूळच्या गोऱ्या कातडीवर हिरवट कळा आली होती. कैदेतील आयुष्यानं दबकत दबकत चालण्याची, कमरेत वाकून अजीजी करण्याची सवय होती. त्यामुळं मी चांगलाच पोक काढून चालायचो. कोणत्या मुलीनं माझ्याकडं दुसरा... नव्हे पहिला तरी कटाक्ष टाकणं पसंत केलं असतं?

एक दिवस काय झालं, मी असाच उभा होतो. 'त्या' 'मर्यादशील' भिंतीच्यापाशी. लक्ष नेहमीप्रमाणंच बाहेर, स्वच्छंदपणानं खुल्या हवेत विहार करणाऱ्या तमाम सुखी लोकांवर. जवळूनच कपड्यांची सळसळ; मंद, उग्र सेंट्सचे फवारे, रंगीबेरंगी जपानी छत्र्या आणि असंच बरंच काही. स्वतंत्र लोकांनी वापरण्यासारखं. कुणी तारसुरात बोलत राहायचे, कुणी ओरडून फळांची जाहिरात करीत राहायचे, तर कुणी 'चायखान्यात' बसून अनिर्बंधपणानं आयुष्याची मौज लुटत राहायचे. त्या चायखान्यापाशीच, एका भिंतीला थोडा रेलून एक अगदी बुटका, गबाळा माणूस – अवतारावरून भिकारीच

वाटत होता, सतत दमेकऱ्यासारख्या धापा टाकीत लक्ष वेधून घेत होता. तो काही बोलत होता, हेही फार उशिरा कळालं.

"लोकहो, लोकहो, जरा ऐकता का माझं?"

इकडून तिकडं जाणाऱ्या त्या सुखी, बेफिकीर माणसांनी त्याला पाहून न पाहिल्यासारखं केलं. त्याचं बोलणं ऐकूनही काणाडोळा केला आणि तसेच पुढे जाऊ लागले. पण मी त्याच्याकडं दुर्लक्ष कसा बरं करू शकत होतो?

"काय म्हणता काका?" मी जवळ जाऊन विचारलं.

त्यांचं पोट सुटलेलं म्हणावं, तर त्या सुटण्याला होती ती फक्त व्याप्ती-समाप्तीची कल्पना करणंही कठीण होतं. म्हणूनच केवळ अवयव म्हणायचं. अंगात 'अडकवलेला' तो ओंगळा सदरा, आणि तितकाच कळकट पायजमा. फाटक्या बुटांवर धुळीचे थर साचले होते. खांद्यावर लोंबकळणारा कोट. गुंड्या कुठं तुटलेल्या, तर कुठं नाहीशा झालेल्या. आणि डोक्यावर 'बसवलेली', अवकळा आलेली ती टोपी – शेतातल्या बुजगावण्याला घालतात तशी. डोळे काही आजारानं सुजलेले. दोन्ही हात, विशेषत: 'तो उजवा हात', लक्ष वेधून घेत होता. खुंटीवर अडकवलेली पिशवी खाली लोंबकळावी, त्याप्रमाणं तो हात खांद्यापासून खाली 'नुसता पडून गेलेला' होता.

मोठ्या कष्टानं त्यांनी तो 'उजवा हात' जरासा उचलल्यासारखा केला. मीच पुढं झालो, आणि त्यांच्या खिशातील एका कागदाची चुरगळलेली घडी बाहेर काढली. तो एक रीतसर अर्ज होता. काकांचा. एका अधिकृत नागरिकाचा. आपल्याला उपचारासाठी त्वरित इस्पितळात दाखल करून घ्यावं, म्हणून केलेली ती दयार्द्र याचना होती. अर्जावर दोन्ही बाजूला दोन रंगांत काही ताशेरे ओढलेले होते. निळ्या आणि लाल शाईत. निळ्या शाईतील ताशेऱ्यात शहरातील एका आरोग्य-मुख्यालयानं त्याला सरळसरळ अर्धचंद्र देऊन उपचारासाठी साफ नकार दिला होता. तर लाल अक्षरांतील मजकुरात त्याला या इस्पितळात आजच्या आज दाखल करून घेण्याबाबत आदेश दिला होता. निळ्या शाईतील मजकूर कालचा होता, तर लाल शाईतील अगदी ताजा.

"हे पाहा", मी मोठ्यानं बोलत म्हणालो, "तुम्हाला त्या पहिल्या इमरतीत जायला हवं. असं कडेकडेनं जा. स्मारकांच्या बाजूनं चालत राहा."

तेवढ्यात माझ्या लक्षात आलं, चालणं तर जाऊ देत, पण ती हातातील पिशवी ओढत नेणंही त्यांच्या आवाक्याबाहेरचं होतं.

"आणि काका, ती पिशवी मला द्या. मी येतो तुम्हाला पोचवायला."

त्यांनी पिशवी माझ्याकडं दिली आणि माझ्या हातात 'तो उजवा हात' अडकवून ते निघाले. त्या चालण्याला 'चालणं' म्हणणं ही केवळ थट्टा होती. माझ्यावर भार

टाकून आपलं शरीर ते फक्त फरफटत मागून आणत होते. त्यांचं फुगलेलं पोट रस्त्यावर घासत होतं. क्षणोक्षणी धाप लागत होती.

ज्या रस्त्यावरून चालत मी तेथील उत्तमोत्तम सुंदरींचा सहवास नजरेसमोर आणत असे, तिथं हा गलितगात्र 'गोळा' खेचून पुढं नेत होतो. समोरच एक बाक होता. काकांनी खुणेनंच सांगितलं, त्यांना बसायचं होतं. कसंबसं त्यांना बाकापर्यंत नेलं, आणि जसं हातातील सामान खाली टाकावं जवळजवळ तसंच त्यांना बाकावर खाली सोडलं.

जाता जाता काकांनी काही माहिती पुरवली. ते मूळचे राहणारे उराल पर्वताजवळील प्रदेशाचे. त्यामुळं 'नियमांनुसार' उपाचारही तिथंच घ्यायला हवे होते. पण खिशात तर छदाम नव्हता. वाटेल उरगेंच या ठिकणी त्यांना एका दवाखान्यात दाखल करून घेतलं. तिथं त्यांच्या पोटातील आणि पायातील पाणी काढून टाकण्यात आलं. पण होतं त्यापेक्षा दुखणं बळावलं. हाताबाहेर गेलं, तेव्हा त्यांना असा 'निरोप दिला', म्हणून इथं ताश्कंतमध्ये उपचारासाठी धडपडत होते.

त्यांच्या जवळच्या कागदपत्रांनुसार आजाराचं निदान फक्त 'गंभीर स्वरूपाचा' असं केलं होतं. पण लक्षणं तर काही ठीक दिसत नव्हती. आम्ही खाली बसताच त्यांचं डोकं खांद्यावरून खाली कललं, नव्हे, अक्षरश: पडलंच. आम्ही बसलो, तसे ते बसूनच राहिले. आम्हांला उठून पुढं जायचं होतं, याचा जणू त्यांना विसर पडला होता.

एवढ्यात काकांनी डोकं एका खांद्यावरून उचलून दुसऱ्या खांद्यावर ठेवलं आणि आपली पांढरी झालेली बुबुळं माझ्यावर रोखून विचारलं,

"का रे, इथं काही विडी-सिगारेट...?"

मला संताप अनावर झाला.

"काका, ते छंद आता विसरा. ही तुमची काय गत झाली आहे? आता कमीत कमी आपल्या पायांनी जगाचा निरोप घेता आला तर पाहा. तुम्हाला सिगारेट आठवते आहे?"

काका चपराक बसावी, तसे गप्प बसले. पण मूळचा पीळ काही गप्प बसू देत नव्हता. चिकाटी चांगलीच अंगी बाणलेली दिसत होती. पुन्हा ती निष्प्राण नजर रोखून ते म्हणाले,

"तुझ्याकडं थोडे पैसे मिळतील का रे?"

"पैसे?"

"हो, बघ ना जरा दोन-तीन रुबल्स असले तर!"

मी बुचकळ्यात पडलो. म्हटलं, द्यावेत की नाही? काही झालं, तरी मी होतो 'कैदी' आणि माझी प्राप्तीही मोठ्यानं उच्चारण्याइतपत चांगली नव्हती आणि हा

गरजू असला, तरी शेवटी अगदीच परका, अनोळखी माणूस. मी त्याला काय सांगू शकत होतो? 'त्या' बंदीवासात मी किती राबलो होतो, एक कपर्दिकही मिळत नसताना आणि जेव्हा काही दीनवाण्या टिकल्या हातावर पडू लागल्या, तसतसे 'त्यांचे' काटेकोर हिशेब सुरू झाले. त्याही रकमेतून पैसे कापले जाऊ लागले. हे कशाचे, तर पाळतीवर माणूस ठेवावा लागतो म्हणून, तर ते लाईटच्या बिलाचे, कधी गस्तीच्या कुत्र्याचे, तर कधी साहेबांच्या ड्यूटीचे आणि असेच इतर काही.

मी सदऱ्याच्या खिशात हात घातला आणि त्यातून एक जीर्ण झालेलं पाकीट बाहेर काढलं. त्यातून तीनाची नोट बाहेर काढून काकांच्या हातात सरकवली. काकांनी जवळजवळ झडप घालूनच ती हस्तगत केली. नोट हातची गेली होती. तशीच पुन्हा मला कधी दिसेल वा दिसेल तरी का, याचा काहीच भरवसा नव्हता. काकांनी खिशात ती नोट सरकवताच 'तो उजवा हात' रिकामा होऊन खाली पडून गेला. डोकं कधीच डाव्या खांद्यावर कलंडलं होतं.

एवढ्यात दोन मुली मोठ्या टेचात इकडून तिकडं भुर्रकन् निघून गेल्या. मागं उरला, तो जीवघेणा, मोहक सुवास आणि टाचांचा तो डिवचणारा लयबद्ध आवाज. कैक युगं लोटली होती निसर्गाची ती नखरेल निर्मिती पाहून. नजर त्यांच्या मागं मागं धावत राहिली.

मोठ्या कष्टानं स्वत:ला सावरत मी काकांकडं नजर वळवली आणि म्हटलं,

"तुमचं नशीब जोरावर आहे म्हणून कमीत कमी तुम्हाला अर्जावर असा आदेश तरी लिहून मिळाला. नाही तर आणखी काही महिने तंगवलं असतं या लोकांनी. इथं भल्याभल्यांची डाळ शिजत नाही."

काकांनी छातीवर टेकलेलं डोकं किंचित तिरकं करून म्हटलं, "तू बोललास, म्हणून केवळ सांगतो. इथं माझ्यावर कुणी मेहेरबानी करण्याचा प्रश्नच येत नाही. मला तसा आदेश लिहून देणं त्यांना भाग पडलं, कारण मी.. युद्धात पराक्रम करून विशेष सैनिकाचा किताब मिळवला होता. इतकंच नाही, तर जनरल XXX यांनी माझं जाहीर कौतुक करून माझ्याशी हस्तांदोलनही केलं होतं. मी कोणी असा-तसा असामी नाही. ते माझं देणं लागतात, फार मोठं, समजलास? कायद्यानं ते मला विशेष व्यक्ती म्हणून विशेष निवृत्तीवेतन द्यायला बांधलेले आहेत." काकांकडं एक आवडता तुच्छ कटाक्ष टाकला. मी म्हणालो, "मग का देत नाहीत? घोडं कुठं अडलं आहे?"

"देतील ना! पण माझा दामच खोटा. काही कागदपत्रं जाळली गेली, काही 'हरवली'. बरेचसे साक्षीदार नाहीसे झाले. म्हणजे तोही मार्ग बंद. 'त्या' जनरलला एका चुटकीसरशी संपवला. हा एवढा एकच कागद राहिला आहे." असं म्हणून त्यांनी एक चुरगळलेला कागद पुढं केला.

अंधार व्हायच्या आत दवाखान्यात जाऊन कुणाला तरी गाठायला हवं होतं. शिवाय एव्हाना गर्दीही खूप जमलेली असणार. मी काकांना माझ्यामागून यायला सांगितलं. त्यांची पिशवी घेतली आणि निघालो.

अखेर मी तपासणीच्या खोलीपाशी जाऊन पोचलो. एरवी माणसं ताटकळत बसलेली असायची. पण आज भलतंच. एक चिटपाखरूही दिसत नव्हतं. शिवाय 'स्वागताची ती खिडकी'ही अजून उघडली गेली नव्हती. अंगवळणी पडलेल्या कोडगेपणानं मी काचेवर मुठी आपटल्या. क्षणार्धात तावदान वरती उचललं गेलं आणि एक अणकुचीदार नाक बाहेर आलं. मघाशी पाहिलेल्या त्या सॅण्डल्सच्या टाचांसारखं. चेहरा लाल जांभळ्या रंगांनी भडक भडक रंगवला होता.

"काय हवंऽऽऽय?" तिची तंद्री मी बिघडवली होती. तिच्या हातातील रहस्यमय कादंबरी ऐन रंगात आली होती. तिचे डोळे छर्र्यासारखे क्षणात इकडून तिकडे सरकले.

काकांनी दिलेला कागद तिच्यापुढं सरकवून मी म्हणालो, "ते चालण्याच्या अवस्थेत नाहीत. मी त्यांना घेऊन येतो."

ती मांजरीसारखी फिसकारली. अंगावर धावून आली. "घेऊन येतो? ते कशाला? इथं कुणी वाट बघतंय का?" कागदाला तर तिनं हातही नव्हता लावला. पुन्हा बोलली, "ती बाहेर पाटी पाहिलीत का? तपासण्याची वेळ फक्त सकाळी. तीही नऊ वाजता. तसा नियम आहे इथं."

मलाही चेव आला. आता जरा तिला नियम समजावून देणं भाग होतं. त्या अर्धगोलाकृती खिडकीतून शक्य तितकं मुंडकं आत घुसवलं आणि हाताची मूठही. वरचा ओठ दुमडला आणि गोरीलासारखा मुर्दाड चेहरा करत म्हणालो,

"हे पाहा बाईसाहेब, मी काही इथं गोट्या खेळायला आलो नाही."

ती वरमली. पण तरीही गुरगुरत बोलली,

"सांगितलं ना? ही वेळ तपासणीची नाही म्हणून? उद्या सकाळी नऊ वाजता या. निघा आता."

"जरा हा कागद नजरेखालून घाल." चिडून मीही एकेरीवर आलो. तेवढी मेहेरबानी तिनं केली.

"मग मी काय करू? नियम सर्वांना सारखेच. उद्या कदाचित रिकामी खाटही नाही मिळायची. आजही नव्हती." ती विजयी मुद्रेनं म्हणाली.

"असं काय करतेस? माणूस अगदी मरणाच्या दारात आणि अक्षरशः रस्त्यावर आहे."

"इथं येणारे सगळेच रस्त्यावर असतात. पण गरजेपोटी सारं सहन करतात. त्यालाही सांगा कुठं सोय करायला."

"एकदा बाहेर येऊन त्याची अवस्था..."

"अडलंय माझं खेटर. मला काय दुसरा उद्योग नाही?" असं म्हणून तिनं फेंदरं नाक वर उचललं. पोरगी उत्तरं अशी देत होती, की जणू स्प्रिंगची चुटुचुटू बोलणारी बाहुलीच!

माझी 'कॅम्प'मध्ये तावून सुलाखून निघालेली चिकाटीही तिनं फिकी पाडली होती. तरीही हार न जाता मी म्हणालो, "तुला बसवलंय कशाला इथं?" मी पुनः एकदा मुठी आपटल्या. "घे दार लावून आणि बैस ते थोबाड रंगवत, नाही तर रहस्यकथा वाच..."

"हे पाहा तुमचा सल्ला मागितलेला नाही मी. आणि 'आमच्याकडं' जास्त बोलायची प्रथा नाही. समजलं? आम्ही फक्त ॲम्ब्युलन्सनं आणलेले रोगी दाखल करून घेतो. तेही ठराविक वेळी."

"म्हणजे? मरणसुद्धा तुमच्या वेळापत्रकानं यायला हवं की काय?"

"तुम्ही आता जाता, की..."

ती उठली.

एवढ्यात माझ्या मागं काही चाहूल लागली. काका कधीच येऊन पोचले होते. त्यांनी सारं काही ऐकलं होतं.

तो 'उजवा हात' किंचित् पुढं करून त्यांनी तो कागद माझ्याकडं दिला. मी त्यांना आधी बसतं केलं.

"तिला हा कागद दाखव. वाच म्हणावं."– काका उद्विग्नतेनं म्हणाले.

मी तो कागद उलगडला. त्यातील वर लिहिलेली ठळक मजकुराची अक्षरं माझ्यासमोर थट्टेनं नाचू लागली.

जगभरातील सर्व कामगार मंडळींनो, एकत्र या!

प्रमाणपत्र

प्रस्तुत प्रमाणपत्र सन्माननीय नागरिक..........यांना १९२१ साली खास सैन्य पथकात सामील होऊन विशेष पराक्रम केल्याबद्दल देण्यात येत आहे. त्यांनी केवळ आपल्या उजव्या हातानं कैक गनिमांना चुटकीसरशी धूळ चारली.

शिक्का सही

मला काकांची, त्या वृद्ध सैनिकाची फार फार दया आली. त्या पराक्रमी हाताची आज काय गत झाली होती. मी पुन्हा एकदा मुठी आपटल्या आणि बंद खिडकीतून

तो कागद पुन्हा एकदा आत सरकवला.

"अहो चष्मेवाले! या चिठोऱ्या उचला इथून." ती बाहुली गुरगुरत बोलली. मी खजिल झालो. लाज वाटली मला स्वत:चीच. रहस्यकथेतील कागदी नायकाच्या संगतीत रमून गेलेल्या त्या मूर्ख मुलीला तिच्यासमोर उभ्या असलेल्या खऱ्याखुऱ्या शूर सैनिकाची पर्वा नव्हती. काय म्हणावं?

म्हणण्यासारखं उरलंच कुठं काय होतं?

माझ्या मेंदूची शीर थाड्थाड् उडू लागली. सहस्र मधमाशा डोक्यात घोंघावू लागल्या. काकांकडे पाहवत नव्हतं.

'तो उजवा हात' पुन:पुन्हा नजरेसमोर येत होता. वाटलं, आपण आपला उजवा हात असाच परजावा, आणि...पण गप्प राहिलो.

शांतपणानं मी काकांना हात दिला आणि बाकावर बसवलं...

थोड्या अंतरावरून काही घोषणा स्पष्टपणानं ऐकू येत होत्या... 'एकनिष्ठ प्रेमाचा' डंका वाजत होता.

... जय असो.... जय असो.

... जय असो. चिरायू होवो....

... चिरायू...

***